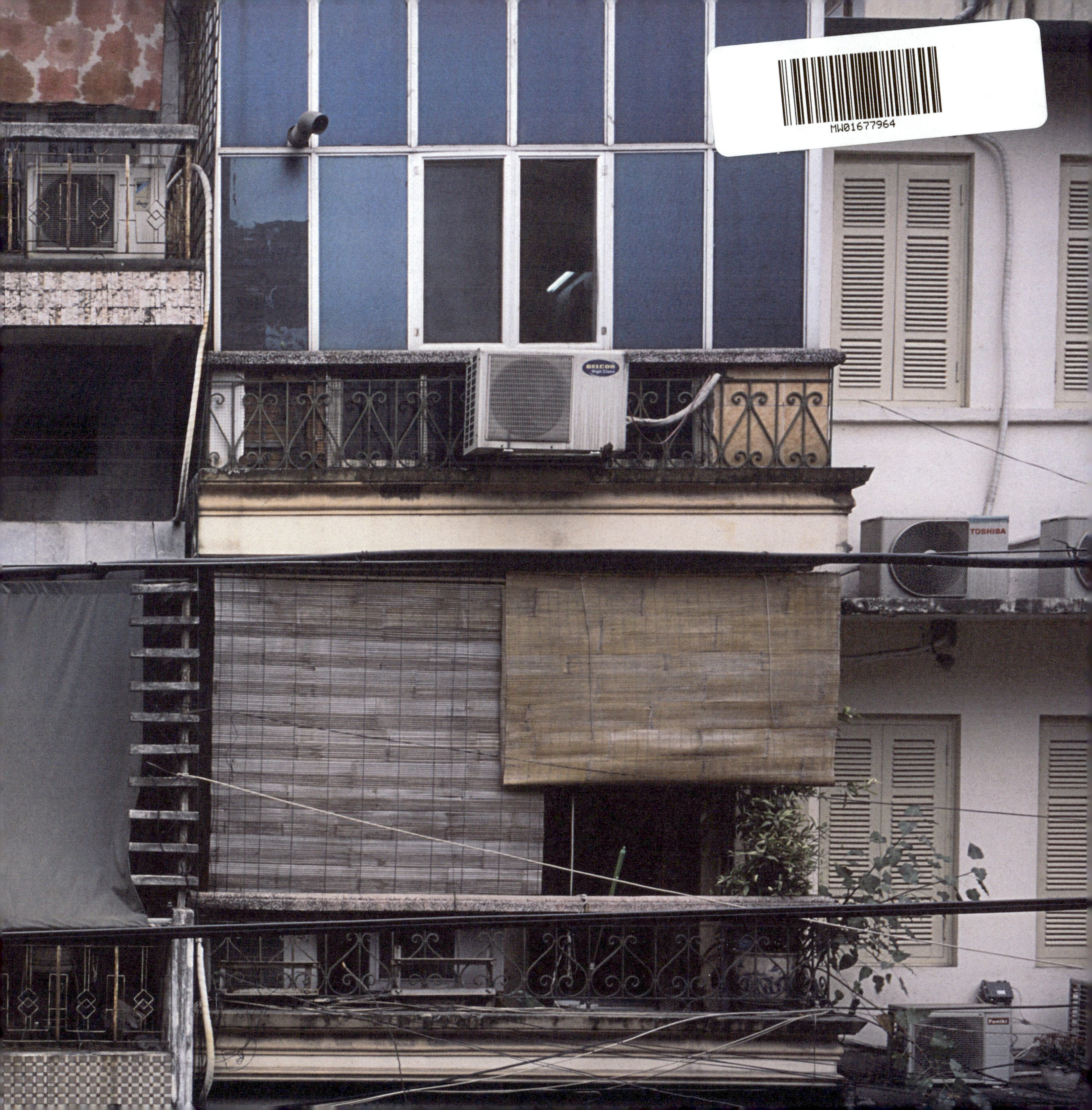
TOSHIBA

HANOI CALLING
ONE THOUSAND YEARS NOW

HANOI CALLING
ONE THOUSAND YEARS NOW

GREG GIRARD

MY HANOI
AND THE PHOTOGRAPHS OF HANOI BY GREG GIRARD

LE VAN LAN

I started to have my own Hanoi in the middle of the 1930s.

I was born on Hang Cot Street, so named because it was where they made bamboo sheets. I was delivered at Doc Tam's Hospital by a woman who had such smooth hands in delivery that she was lauded as "Doc." That well-known maternity clinic—where many Hanoians were born—became a cooperative where they printed lines on paper and bound books at one point, and later a furniture manufacturer. It's now the site of a large, shiny business.

My mother brought me home to the family house on Hang Dau Street (Bean Street), where she bought and sold green beans, black beans and soya beans, and eventually rice, corn, potatoes and cassava. My father, a student of Master Can (Bachelor Can Van Luong) of Dong Kinh Academy in the early years of the century on Hang Dao Street, returned home to practice herbal medicine in the back of the house, with my mother's store in the front. Inspired by the beginning of the eight-word adage "born spring, grown summer, harvested autumn, stored winter," my father named the store Spring Birth, and had a sign drawn in large Chinese characters, hanging it over the front door.

That house is now a big bank owned by the people from Vinh who came to Hanoi to do business at a location close to a well-known address: The School of Doc Moc—Dien Duc Le, Doctor, Chief of Education of Hanoi, from Ke Moc. The respectful teacher was beaten to death without cause by French colonist Jean Dupuis one day when he passed the North Gate (Main Gate in the North). His school, in the middle of Hang Dau Street, was built into a family temple by his students and relatives. The temple was sacred and spacious, shrouded deep within a cloud of incense burning all year round. But now, what is left of the temple is small and dark.

In the mess and noise of today's Hanoi, I often go looking for the city of my childhood and my ancestors. I find it sometimes, under the foundations of many houses on Hang Cot Street, for example, when excavation occasionally reveals printed bricks, or pieces of flowered earthenware of the Ly or the Le Dynasties. Here, before the Nguyen Dynasty built the Old Citadel of Hanoi in the beginning of the 19th century on top of what was left of Thang Long Imperial City, was the easternmost part of the palace, dating back to the 11th century. My father told me that in his time, people were still able to see the gate of Thang Long Hanoi.

Unexpectedly, I recently found pieces of the old soul of Hanoi in the photographs of Greg Girard that reflect the real life of the city—in its houses and on its street corners. It is Hanoi, but somehow presented with shapes, and without much movement or bright light. The photos are so humanistic, taken with such finesse, that I recognize the soul of Hanoi lingering within them. At the risk of sounding too nostalgic, I want to thank Greg Girard for this opportunity.

Le Van Lan is one of Vietnam's best-known historians. He is the author of 20 books, including *The Era of Hung Kings*, *Civilization in the Bronze Era* and *Figures in Vietnamese History*.

HÀ NỘI CỦA TÔI
VÀ NHỮNG BỨC ẢNH CHỤP HÀ NỘI CỦA GREG GIRARD

LÊ VĂN LAN

Tôi bắt đầu có Hà Nội của mình từ giữa những năm 30 của thế kỷ trước.

Phố Hàng Cót-ngày ấy mang cái tên Tây "Rue Takou" do người Pháp lấy địa danh "Đại Cô" của nơi mà họ đã thu được nhiều chiến quả trong cuộc bắt ép triều đình nhà Thanh bên Trung Quốc hồi thế kỷ 19, đem đặt cho con phố chuyên bán các mặt hàng tre nứa, đan thành những tấm cót—là nơi tôi đã ra chào Hà Nội.

Mẹ tôi kể: ngày ấy, mải làm ăn buôn bán ở ngôi nhà đầu phố Hàng Đậu, đến lúc đau đẻ dữ dội, mới chạy vội sang phố Hàng Cót mà sinh ra tôi, ở đấy.

Đấy là chỗ có "Nhà thương bà Đốc Tâm"—người vì rất "mát tay" đỡ đẻ, nên được tôn gọi là "Đốc-tơ" (Docteur-bác sĩ). Căn nhà hộ sinh ấy-nơi chôn rau cắt rốn của rất nhiều người Hà Nội, nổi tiếng hoặc im tiếng gần trăm năm nay-bây giờ đã thành trụ sở đồ sộ, bóng nhoáng của một doanh nghiệp. Còn trước, là nơi ọp ẹp một hợp tác xã kẻ giấy-đóng sách, rồi chuyển sang làm và bán đồ gỗ nội thất cầm chừng trong thời bao cấp và chiến tranh, giữa thế kỷ 20.

Đi ngược với đường chạy của mẹ, tôi đã được từ Hàng Cót về Hàng Đậu, sống tuổi thơ ấu trong ngôi nhà của gia đình. Đó là nơi—theo đúng nghề đã thành tên của phố—mẹ tôi mở cửa hàng buôn bán các thứ đậu xanh, đậu đen, đậu tương,... phát đạt lên thành các mặt hàng ngũ cốc: thêm cả gạo, ngô, khoai, sắn... nữa. Còn cha tôi—học trò "Cụ Cử Can" (Cử nhân Lương Văn Can) trường Đông Kinh nghĩa thục, đầu thế kỷ 20 ở phố Hàng Đào, sau khi trường bị đàn áp thì về làm thuốc Đông y ở mé trong ngôi nhà hình ống sâu hun hút, có mặt tiền là cửa hàng của mẹ—đã lấy ra hai chữ đầu trong câu tám chữ "Xuân sinh, Hạ trưởng, Thu thâu, Đông tàn" (sinh nở vào mùa xuân, trưởng thành vào mùa hè, thu hoạch vào mùa thu, tàng trữ vào mùa đông) của chu kỳ cỏ cây hoa lá vận hành mà đặt thành tên đẹp "Xuân Sinh," viết chữ nho đại tự lên trán cửa, cho cả ngôi nhà.

Ngôi nhà ấy—nay đã thành một ngân hàng lớn của những người từ trong Vinh ra Hà Nội kinh doanh—ở gần một địa chỉ nổi tiếng của Hà Nội xưa: "Trường quan Đốc Mọc" (trường học của Hoàng giáp Tiến sĩ, Đốc học tỉnh Hà Nội: Lê Đình Diên, người Kẻ Mọc). Vị thầy khả kính của bao sĩ tử Hà Thành cuối thế kỷ 19, một hôm đi qua chỗ "Cổng thành Cửa Bắc" (Chính Bắc Môn), bị tên thực dân Đồ Phổ Nghĩa (Jean Dupuis) vô cớ hành hung, ốm chết. Ngôi trường ở giữa phố Hàng Đậu của thầy được các học trò và họ tộc tôn tạo thành một khu nhà thờ họ, linh thiêng và khang trang, hương khói quanh năm thơm ngát. Nhưng nay, phải quanh co vào một đường ngõ hẹp giữa các căn nhà xây đủ kiểu lộn xộn ngổn ngang ở mặt phố, mới tìm thấy sót lại một gian, chật và tối, ở tít sâu tận mé trong.

Tôi vẫn thường đi tìm lại—giữa bộn bề ồn ã của Hà Nội hôm nay—một "Hà Nội—thành phố của tuổi thơ" của mình, cũng như là của ông bà, tổ tiên xa xưa nữa. Và cũng đã có lần, tìm thấy—chẳng hạn như dưới nền nhiều ngôi nhà phố Hàng Cót-khi đào đất làm việc thổ mộc, thỉnh thoảng lại xuất lộ những viên gạch có chữ, những mảnh gốm in hoa, thời Lý, đời Lê, vì nơi đây, trước khi nhà Nguyễn xây (co lại) tòa "Thành cổ Hà Nội" hồi đầu thế kỷ 19 trên di chỉ của khu Hoàng thành Thăng Long, thì vốn chính là một phần cực đông của khu cung điện vua quan ở những thế kỷ 11–18. Đến như cha tôi cũng còn kể rằng, vào thời của người—cuối thế kỷ 19, đầu thế kỷ 20—ngay cạnh ngôi nhà Xuân Sinh của gia đình, vẫn thấy một cửa ô của Thăng Long—Hà Nội, không khác ô Quan Chưởng (Đông Hà Môn) ở gần đấy là mấy, có tên là "ô Phúc Lâm" (còn dân gian thì quen gọi ô Hàng Đậu)...

Tuy nhiên, bất ngờ làm sao, những "mảnh hồn xưa" của Hà Nội như thế, tôi lại còn mới tìm thấy, nhận ra—ẩn hiện phảng phất—ngay trong những tấm ảnh, cũng vừa mới chụp gần đây, của nhà nhiếp ảnh Greg Girard.

Chỉ vừa đến với Hà Nội nhưng Greg Girard—khác với nhiều nhiếp ảnh gia: người thì chụp ảnh Hà Nội để ngợi ca, hoặc quảng cáo, người thì chọn những khoảnh khắc và góc nhìn để phê phán hoặc gây cười, nhiều người khác thì đơn giản chỉ là "phản ánh hiện thực" mà thôi—qua phần lớn tác phẩm của mình về vẫn chủ yếu là những căn nhà góc phố... Hà Nội đấy, nhưng thế nào với những hình nét không nhiều chuyển động, và độ sáng thì cũng không nhiều rực rỡ, vậy mà lại tinh tế, và rất là nhất nhân văn chủ nghĩa, khiến tôi nhận ra được nhiều hồn phách của Hà Nội xưa vẫn đọng lại ở đấy.

Vì thế mà—không chút nào là người hoài cổ—tôi rất muốn được chỉ là và làm một người Hà Nội, để cảm ơn Greg Girard.

Giáo sư Lê Văn Lan là một trong những nhà sử học danh tiếng của Việt Nam. Ông là tác giả của hơn hai mươi đầu sách được trong và ngoài nước biết tới điển hình như tác phẩm: *Thời đại Hùng Vương*, *Văn minh Đồng thau* hay đặc biệt là *Danh nhân đất Việt*.

AT THE END OF A JOURNEY

NGUYEN QUI DUC

It happened in Singapore. It had rained, and when it was over, an earthy smell rose from where the soil had been baking since early morning. I lingered outside a hotel lobby, overwhelmed by the recognition of a familiar aroma of white and yellow flowers. It happened, too, in Baguio, Philippines. The orange and gold coloured rocks and the rows of pine trees on the hills above the roads coming in from the airport were so familiar. I was grieving for the clouds, the hills and the fog—and a childhood in another town.

These moments of remembrance continued in whichever city I lived in, and so did the longing for my native Vietnam.

From North Africa to North London, on the steps of the Chichen Itza pyramids in Mexico or inside the craziness of Tokyo, whether on short visits or longer sojourns, I made discoveries and met people with foreign tongues. All the while, the travelling and exposure to new things did nothing to dampen my longing for the old home. In Indonesia, Morocco and San Francisco, something would always—suddenly—send my mind back to my youth. And now, after all the airports, the train stations and foreign destinations, I've found a place—Hanoi. A new life, in the old country.

It's been four years since my arrival in Hanoi, and two since I opened a gallery and bar. Friends joke that I'll be found one day, 10 or 15 years on, demanding another drink long after rigor mortis has set in. I've finally found a way to end a peripatetic life. In an insane moment, I felt that Hanoi needed a different kind of place where local artists could hang out and work on projects together. I'd be a bridge helping foreigners to learn more about Vietnamese arts and culture.

The gallery and bar is on a street named after Trieu Viet Vuong, a military leader who waged guerrilla warfare and defeated northern invaders in the years between 545 and 550. He declared himself emperor, and later, encircled by an enemy, his own son-in-law, he was chased to the coast. He drowned himself in 571 at a spot east of Hanoi where the river Day meets the South China Sea.

Such stories are one reason Hanoi and this country are deadly appealing: it is old, its history unconcealed. You can see it in the museums, but also in the frowns on people's faces, in the way a neighbour talks about his grandfather's grandfather. You can hear it in a banker's words—her accounting and services to a customer driven as much by business as by ancient customs. You can hear history in the words a tea vendor uses in his daily life, and in a mother's temple prayers. Watch the news, and the journalist will report on something related to a battle centuries before. And you can recognize that history even in the energy of a new generation that, on the surface, is hell-bent on a Western future.

Trieu Viet Vuong Street stretches for about a mile, lined with coffee shops and a few Japanese restaurants tucked under the canopies of eagle trees. Here, reputedly, was where many writers lived in the 1940s and 1950s. It's some distance south of the Old Quarter, with narrow shop fronts, congested food stalls and tourist traps laid out like cardboard boxes in a cargo hall. This is where a visitor will feel transported by the exoticism and imaginings of a past life.

I go about my days now without encountering much of that old Hanoi. Like all visitors, I've come to know many of the city's best noodle vendors and tea merchants. I occasionally search the district for an odd piece of decorative metal on a block named Charcoal Street, or visit the old Chinese woman selling khaki-coloured paper by the kilo on Fish Street. But it's too crowded there now, and I miss venturing into the its labyrinths full of little silk and fake antique shops tucked into a few square metres in the front of a former French villa.

If the Old Quarter is the cherished soul of the city, Trieu Viet Vuong and the surrounding area might be its liver: hidden, humble, but alive and crucial. A few touches and it would be a charming Bohemian area, less upscale than the Beaubourg in Paris, less trendy than the Village in Manhattan, and less an attraction than San Francisco's North Beach. I often imagine the area redone à la Lan Kwai Fong of Hong Kong.

Friends have talked to me about buying a dozen buildings here to build a new neighbourhood, taking a small part in the bustling renewal of this capital city, yet somehow maintaining its original characters. But it would be laughable for me to entertain such a scheme—being neither an urban planner nor a hungry developer with the salesmanship to persuade investors.

On the street outside my gallery, life is an unending piece of theatre: the boys debate future careers, the hairdresser looks for advice on home décor, the mother sells DVDs while nursing a newborn infant. I get involved, too, with neighbours in their battle to keep the cars from parking on both sides of the street. I buy my newspapers from a young woman who also supplies me with cellphone cards and occasionally helps me sweep the sidewalk after the rain. I talk to the shoeshine boys about life at home, when they were younger and worked in rice paddies—our conversations interrupted often by a Bentley or Lexus roaring by.

Even with smaller motorcycles, there's a new attitude in Hanoi. The Vietnamese have a concept called *Nhường nhịn*—*Nhường* is akin to yielding, and *nhịn* is to tolerate and forgive. Watch the traffic now, and see how no one yields any longer. *Nhường* is outdated. Still, when you don't yield and someone hits you, there's no road rage. The injured and the guilty party simply smile at each other. Nasty impatience and an unwillingness to yield, coupled with amazing tolerance and forgiveness—it all exists together in Hanoi. It's not simply in traffic where this is evident. It reigns in government offices and on construction fields; it is expressed by day labourers pulling their carts of bricks next to the Porsches and Audis.

The occupants of those cars who rush past me on Trieu Viet Vuong are the new moneyed Hanoians, heading to the department stores and spaghetti restaurants down at Vincom Center a few blocks away. I'd been to too many similar malls, in places like Shanghai and Seoul and Seattle. I can't say that I like them being here, much as I understand the appreciation of local people who seem desperate for the convenience and novelty of it all. It's what was there before such monstrosities went up that I mourn. Single bungalows, villas full of history, homes and lives removed forever.

And so, the city changes. For those of us who saw Hanoi in earlier years, there's immense sadness. We've understood for a while now that it's inevitable. With new wealth and means, people will want what has not been available. Private toilets, running water, roofs that don't leak and drains that drain.

I fell under Hanoi's spell on my first visit, and occasionally revert back to a romanticized vision of an old city in the 1940s: red-roofed and yellow-walled French villas oozing with charm, and bicycles—nothing but bicycles—floating silently by. It wasn't a thunderous punch to the heart, it simply seeped into me with each moment of the day, each fedora-wearing old man I see walking along with a grandchild on a tricycle.

My new friends in Hanoi are slowly abandoning the notion of me being a foreigner. I still speak the language, and somewhere in the past four years, enough of the local expressions have become a part of my vocabulary. Some see in me a strange old man with habits and values they no longer adhere to. They can be more expressive and they laugh when I talk of war. We will have our differences, but still they've offered me their friendship. They'll go with me to buy discarded furniture while I'll show them books on new architecture in Tokyo or Oslo where new buildings express a measure of respect for what's been there for centuries.

Hanoi still has enough trees and lakes and old buildings to make it a charming home. It's a dying city, if you will, when you think of what's being destroyed. It will have a new façade, long before its history and ancient customs disappear. New people with new attitudes are charging down its streets full speed, and there's nothing anybody can do. Hanoi, as I know it and have known it, will disappear. I will disappear one day, too. For now, inside my bar with friends, in a seat at the opera house or visiting a gallery in an old home built at the beginning of the last century, I'm grateful for what this city offers.

The flight from my birthplace in Dalat to Hanoi is just over one hour, a distance of about 1,000 kilometres. It's taken me 50 years to cover that distance, across many oceans, many continents, with all the discoveries and longing in between. It's too early to say this is home. But I suspect the journey is ending, and Hanoi will be that final place.

Nguyen Qui Duc is a journalist and the author of *Where the Ashes Are.* He established Tadioto, a bar and art space in Hanoi in 2008.

Ở CUỐI MỘT HÀNH TRÌNH

NGUYỄN QUÍ ĐỨC

Chuyện ấy xảy ra tại Singapore. Trời vừa mưa xong, từ mặt đất nung dưới ánh mặt trời từ sáng sớm bốc lên một mùi đất thấm ướt. Tôi nán lại bên ngoài sảnh khách sạn, bàng hoàng nhận ra một mùi hương quen thuộc của những bông hoa trắng và vàng. Chuyện ấy lại xảy ra ở Baguio, Philippines. Các tảng đá màu cam và vàng và những hàng thông trên các ngọn đồi phía trên các con đường từ sân bay vào thành phố trông quá quen thuộc. Tôi đang tiếc nhớ những đám mây, những ngọn đồi và sương mù—và một thời thơ ấu ở một thị trấn khác.

Những giây phút hoài niệm này cứ xảy ra ở bất cứ thành phố nào tôi đã sống, cùng với nỗi ray rứt nhớ nhà, nhớ nước Việt Nam của mình.

Từ Bắc Phi tới Bắc Luân Đôn, trên các bậc thang của kim tự tháp Chichen Itza ở Mexico, hoặc giữa cái điên loạn của Tokyo, dù là những chuyến đi ngắn hoặc những lần lưu trú dài ngày, tôi đã khám phá nhiều thứ, gặp nhiều người nói những thứ tiếng lạ. Cùng lúc những cuộc du hành, tiếp xúc với những gì mới lạ, đã chẳng làm gì để xoa dịu nỗi nhớ nhà của tôi. Tại Indonesia, Morocco và San Francisco, một cái gì đó sẽ luôn luôn—đột ngột—đưa tâm trí của tôi trở lại với thời niên thiếu. Bây giờ, sau tất cả các phi trường, các sân ga và các điểm đến ở các xứ sở xa lạ, tôi đã tìm thấy một nơi—Hà Nội. Một đời sống mới, ở quê hương cũ.

Đã bốn năm kể từ khi tôi đến Hà Nội, và hai năm kể từ khi tôi mở một phòng trưng bày tranh và quầy bar. Bạn bè đùa rằng 10 hoặc 15 năm nữa, sẽ có ngày người ta tìm thấy tôi ở đấy, cố đòi uống thêm một ly nữa mặc dù thân thể đã chết cứng. Cuối cùng tôi đã tìm thấy một cách để kết thúc một cuộc đời lang bạt. Trong một phút điên rồ, tôi nghĩ rằng Hà Nội cần một chỗ khác lạ để cho các nghệ sĩ địa phương có thể tụ họp và cùng thực hiện các dự án. Tôi sẽ là một thứ cầu giao lưu giúp người nước ngoài tìm hiểu thêm về nghệ thuật và văn hóa Việt Nam.

Phòng trưng bày và quầy bar nằm trên con đường mang tên Triệu Việt Vương, lãnh đạo quân sự tổ chức chiến tranh du kích và đánh bại quân xâm lược bắc phương trong những năm khoảng giữa 545 và 550. Ông tự xưng hoàng đế, và sau đó, bị kẻ thù—chính con rể ông—bao vây, bị đuổi đến bờ biển, và ông trầm mình năm 571 tại một địa điểm phía đông của Hà Nội, nơi sông Đáy đổ ra biển Đông.

Những câu chuyện như vậy là một trong những lý do Hà Nội và đất nước này cực kỳ hấp dẫn: đất nước này cổ kính, và có lịch sử không che đậy. Bạn có thể nhìn thấy lịch sử đó trong các viện bảo tàng, và cả trong các nét nhíu mày trên mặt của mọi người, trong cách một người hàng xóm nói về ông cố nội của ông ta. Bạn có thể nghe thấy lịch sử đó trong lời của một nhân viên ngân hàng—việc kế toán và phục vụ khách hàng vừa là việc kinh doanh vừa là tập tục xa xưa. Bạn có thể nghe thấy lịch sử trong những lời nói của một người bán trà trong cuộc sống hàng ngày của bà, và trong lời cầu nguyện của một người mẹ trong đền thờ. Xem tin tức, bạn sẽ thấy nhà báo tường trình về một vấn đề nào đó liên quan đến một cuộc chiến xưa hàng thế kỷ. Và bạn có thể nhận ra lịch sử ngay cả trong sức sống của một thế hệ trẻ, về bề mặt có vẻ như chỉ một mực vươn đến tương lai kiểu phương Tây.

Đường Triệu Việt Vương kéo dài khoảng một dặm, hai bên là các cửa hàng cà phê và một vài nhà hàng Nhật Bản ẩn mình dưới các tán cây bàng. Người ta nói là trong các thập niên 1940 và 1950 đây là nơi sinh sống của giới văn đàn.

Nó nằm cách Phố Cổ một quãng về phía nam, với những cửa hàng có mặt tiền hẹp, các quán cơm chen chúc, và các bẫy đợi du khách nằm như các thùng giấy trong một kho hàng. Đây là nơi mà một du khách thăm sẽ cảm thấy như mình đã được dịch chuyển vì những điều lạ lẫm và những sự tưởng tượng của một đời sống từ bao đâu.

Giờ thì tôi vẫn sinh hoạt hàng ngày nhưng không còn tiếp xúc nhiều với cái Hà Nội xưa cũ đó. Giống như tất cả các du khách, tôi đã biết đến nhiều người bán phở và trà ngon nhất thành phố. Thỉnh thoảng, tôi săn lùng trong khu phố, tìm ra một mảnh sắt vụn làm vật trang trí ở một con đường mang tên Phố Hàng Than, hoặc ghé thăm bà già người Hoa bán từng kí giấy màu vàng trên Phố Hàng Cá. Nhưng khu vực này bây giờ chật chội quá, và tôi nuối tiếc những chuyến phiêu lưu vào chốn mê cung đầy những cửa hàng tơ lụa và đồ giả cổ, ép gọn vào một vài mét vuông ở mặt trước của một biệt thự Pháp trước đây.

Nếu Phố Cổ là linh hồn được tôn vinh của thành phố, thì Triệu Việt Vương và khu vực xung quanh có thể là lá gan của Hà Nội: ẩn khuất, khiêm tốn, nhưng sống động và rất quan trọng. Chỉ cần một chút trang điểm thì nó sẽ là một khu vực Bô-hê-miêng duyên dáng, không thượng lưu như Beaubourg ở Paris, ít sự thời thượng như Greenwich Village ở Manhattan, và không hấp dẫn bằng North Beach của San Francisco. Tôi thường tưởng tượng khu vực này được tái tạo theo kiểu Lan Kwai Fong của Hồng Kông.

Bạn bè đã bàn với tôi về việc mua một chục tòa nhà ở đây để xây dựng một khu phố mới, góp một phần nhỏ trong sinh hoạt đổi mới nhộn nhịp của thành phố này, nhưng cách nào đó vẫn duy trì các bản sắc nguyên thủy của nó. Nhưng nếu tôi—một người chẳng phải là nhà thiết kế đô thị và cũng không phải là một nhà xây dựng ham tiền, có tài chào hàng để thuyết phục những kẻ đầu tư—mà làm chuyện đó thì quả là chuyện buồn cười.

Trên con phố bên ngoài phòng trưng bày của tôi, cuộc sống là màn kịch vô tận: các cậu bé tranh cãi nhau về nghề nghiệp tương lai, thợ làm tóc hỏi ý kiến trang trí nhà cửa, một bà mẹ vừa bán đĩa DVD vừa cho con bú. Tôi cũng cùng chung sức với hàng xóm tranh đấu để ngăn không cho xe hơi đậu cả hai bên lề đường. Tôi mua báo của một người phụ nữ trẻ, cũng là người cung cấp cho tôi các thẻ điện thoại di động và thỉnh thoảng giúp tôi quét vỉa hè sau cơn mưa. Tôi nói chuyện với các cậu đánh giầy về cuộc sống ở quê nhà của chúng, khi họ còn nhỏ hơn và làm ruộng—cuộc truyện trò của chúng tôi thường xuyên bị gián đoạn bởi tiếng gầm rú của một chiếc Bentley hay Lexus chạy qua.

Ngay cả với các xe gắn máy nhỏ, hiện nay có một thái độ mới ở Hà Nội. Người Việt Nam có một khái niệm gọi là Nhường nhịn—nhường là như để cho qua, và nhịn là chịu đựng và tha thứ. Cứ nhìn xe cộ chạy lung tung thì sẽ thấy rằng nay chẳng còn ai nhường nữa. Nhường nay đã lỗi thời. Thế nhưng, khi bạn không nhường và có người đâm vào xe bạn, cảnh nổi giận trên đường sẽ không xảy ra. Kẻ bị thương và người phạm lỗi chỉ đơn giản mỉm cười với nhau. Tình trạng thiếu kiên nhẫn tệ hại và không sẵn sàng để nhường sóng đôi với sự khoan dung và tha thứ tuyệt vời—tất cả đều hiện diện bên nhau ở Hà Nội. Nó không phải chỉ đơn giản là trong chuyện giao thông. Nó diễn ra trong các cơ quan chính phủ và trên các công trường xây dựng; nó được thể hiện bởi những người lao động kéo xe gạch của họ bên cạnh những chiếc Porsche và Audi.

Những người ngồi trong các chiếc xe lao qua mặt tôi trên đường Triệu Việt Vương là người Hà Nội mới có tiền, họ lao đến các cửa hàng bách hoá và những nhà hàng spaghetti trong trung tâm Vincom, cách vài đoạn đường. Tôi đã đến quá nhiều trung tâm mua sắm tương tự như thế, ở những nơi như Thượng Hải, Seoul và Seattle. Tôi không thể nói rằng tôi thích những thứ đó ở đây, nhưng tôi hiểu được ý thích của người dân địa phương, đang thèm khát sự tiện lợi và tân kỳ của những nơi như thế. Tôi chỉ thương tiếc cho những gì đã từng nằm ở đó trước khi những tòa nhà vuông vức đó được xây lên. Các ngôi nhà nhỏ, các biệt thự đầy sự tích, các nhà cửa và những đời sống đã mãi mãi bị loại bỏ. Và như thế, thành phố thay đổi. Những người đã nhìn thấy Hà Nội của thời trước như chúng tôi hiện mang một nỗi buồn mênh mông. Từ lâu, chúng tôi đã hiểu rằng đây là điều không thể tránh khỏi. Với của cải và phương tiện mới, người ta sẽ đi tìm những gì trước đây họ không thể có. Nhà vệ sinh riêng, nước máy, mái nhà không bị dột và cống thoát nước thoát được nước.

Tôi bị mê hoặc ngay từ lần đầu tiên đến Hà Nội, và thỉnh thoảng tôi vẫn còn quay trở lại với hình ảnh đã được lãng mạn hoá của một thành phố cũ kỹ thập niên 1940, những biệt thự Pháp mái đỏ tường vàng duyên dáng, và những chiếc xe đạp—chẳng có gì ngoài xe đạp—âm thầm trôi qua. Đó không phải là một cú đánh sấm sét vào tim, mà đơn giản thấm vào tôi với mỗi thời điểm trong ngày, mỗi ông già đội mũ phớt mà tôi thấy đi bộ bên cạnh một đứa cháu đạp một chiếc xe đạp ba bánh.

Bạn bè ở Hà Nội dần dà quên tôi đã từng sống ở nước ngoài. Tôi vẫn nói được tiếng Việt, và từ một lúc nào đó trong bốn năm các thành ngữ địa phương thâm nhập vào số từ vựng của tôi. Có người nhìn thấy trong tôi một người đàn ông lạ kỳ, với các thói quen và giá trị cũ mà nay họ không còn tuân theo. Có khi họ dễ dàng phát biểu ý kiến hơn, và họ cười khi tôi nói chuyện chiến tranh. Chúng tôi vẫn còn những sự khác biệt, nhưng họ vẫn dành cho tôi tình bạn. Họ sẽ đi với tôi để mua đồ phế liệu, còn tôi sẽ cho họ xem sách về kiến trúc mới ở Tokyo hoặc Oslo, nơi các tòa nhà mới vẫn toát ra một tinh thần tôn trọng những gì đã hiện hữu ở đó từ nhiều thế kỷ trước.

Hà Nội vẫn còn đủ cây xanh, hồ nước, và các tòa nhà cũ, để là một chốn lưu trú dễ chịu, duyên dáng. Có thể nói thành phố đang chết dần, khi nghĩ về những gì đang bị phá hủy. Nó sẽ nhanh chóng có một bộ mặt mới, rất lâu trước khi lịch sử và phong tục cổ xưa biến mất. Những con người mới với các thái độ mới đang lao hết tốc độ xuống đường phố của nó, và không có ai có thể ngăn cản họ được. Hà Nội mà tôi đang và từng biết sẽ biến mất. Rồi một ngày, tôi cũng sẽ biến mất. Nhưng giờ đây, ngồi với bạn bè quanh quầy bar, hay trên một chiếc ghế tại Nhà hát lớn, hoặc khi đi thăm một phòng trưng bày đặt trong một ngôi nhà cũ xây dựng vào đầu thế kỷ trước, tôi biết ơn về những gì thành phố này dành tặng cho mọi người.

Bay từ Đà Lạt, nơi tôi sinh ra, đến Hà Nội chỉ mất hơn một giờ, khoảng cách chừng 1.000 km. Tôi đã phải mất 50 năm để vượt khoảng cách đó, qua nhiều đại dương, nhiều châu lục, với tất cả những khám phá và khao khát trên hành trình đó. Vẫn còn quá sớm để nói nơi đây là chốn quê nhà. Nhưng tôi nghi là cuộc hành trình đang kết thúc, và Hà Nội sẽ là điểm dừng chân cuối cùng.

Nguyễn Quí Đức hiện là một nhà báo, nhà văn, tác giả của cuốn *Where the Ashes Are*. Anh lập ra Tadioto, một không gian nghệ thuật tại Hà Nội từ năm 2008.

HANOI CALLING

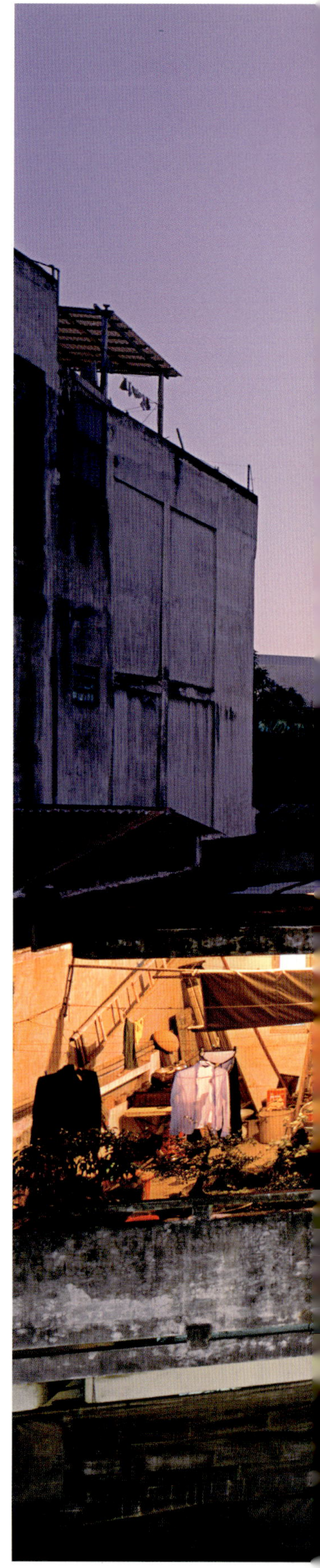

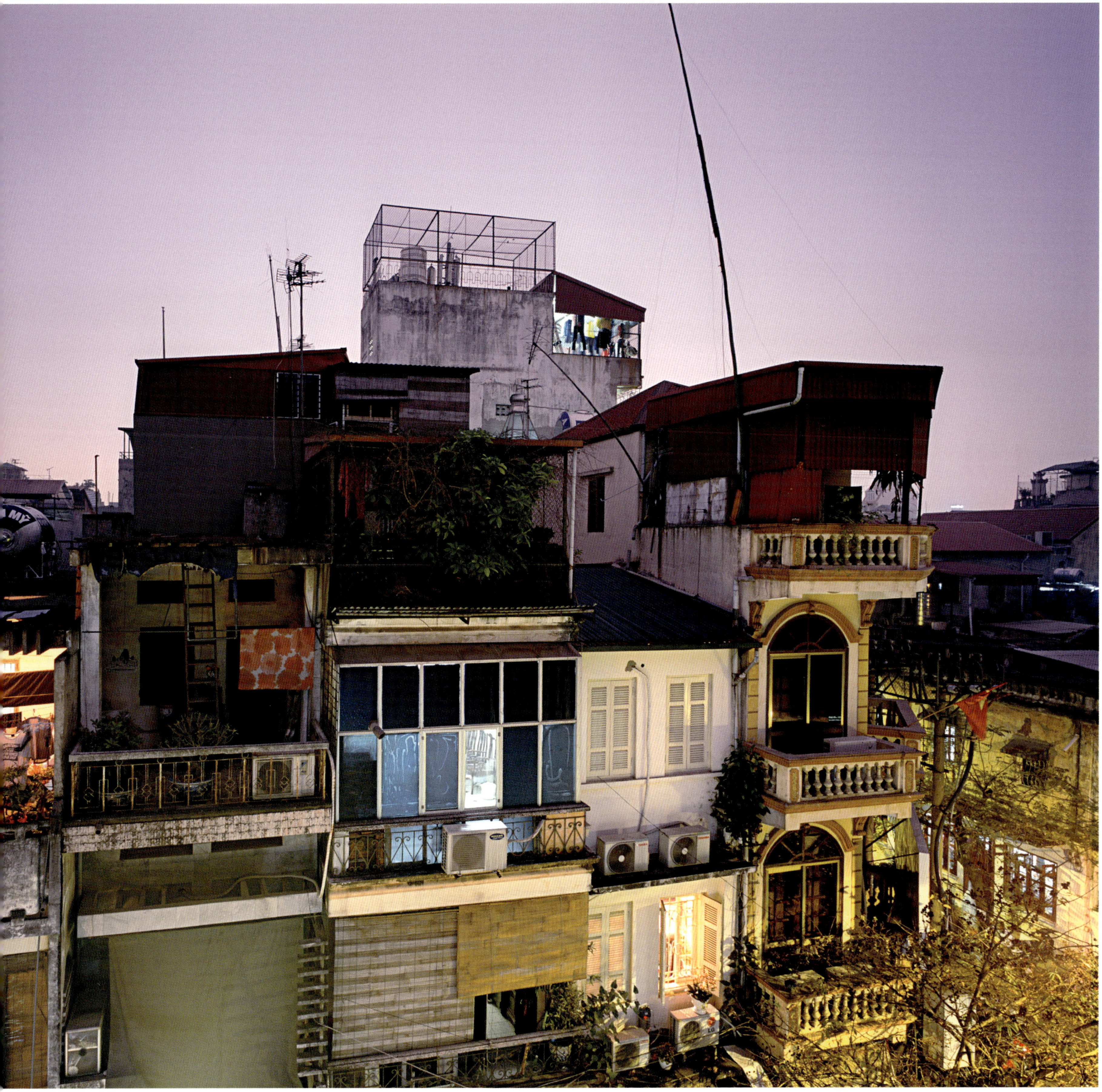

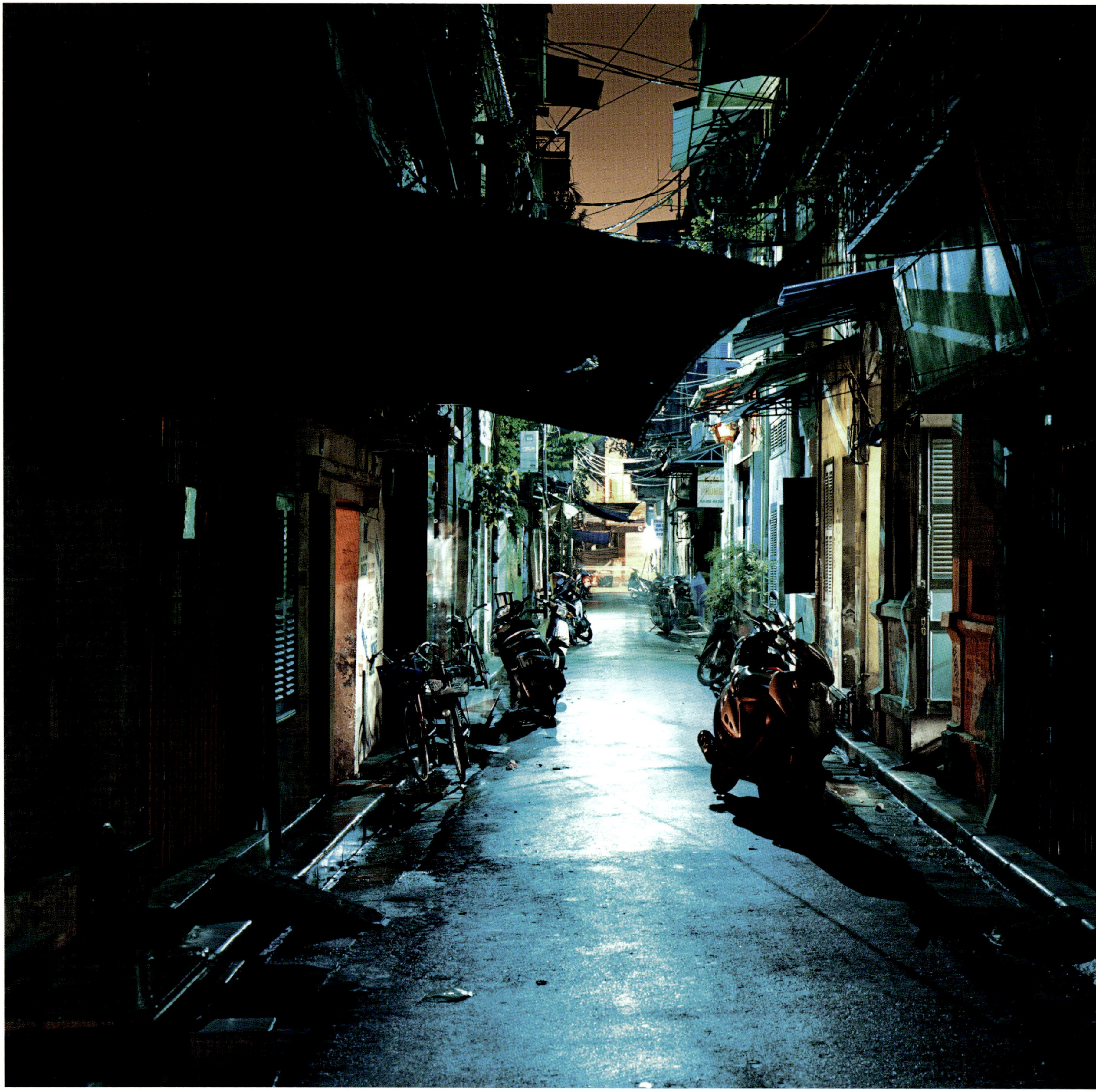

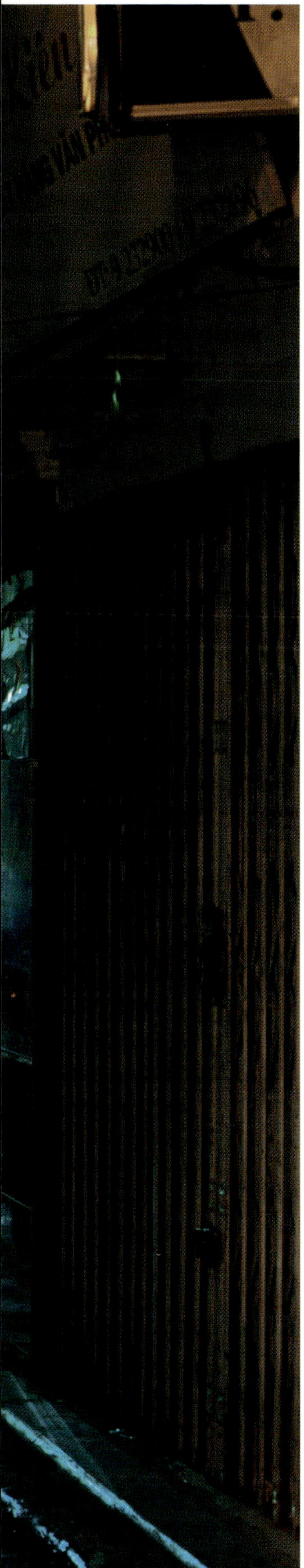

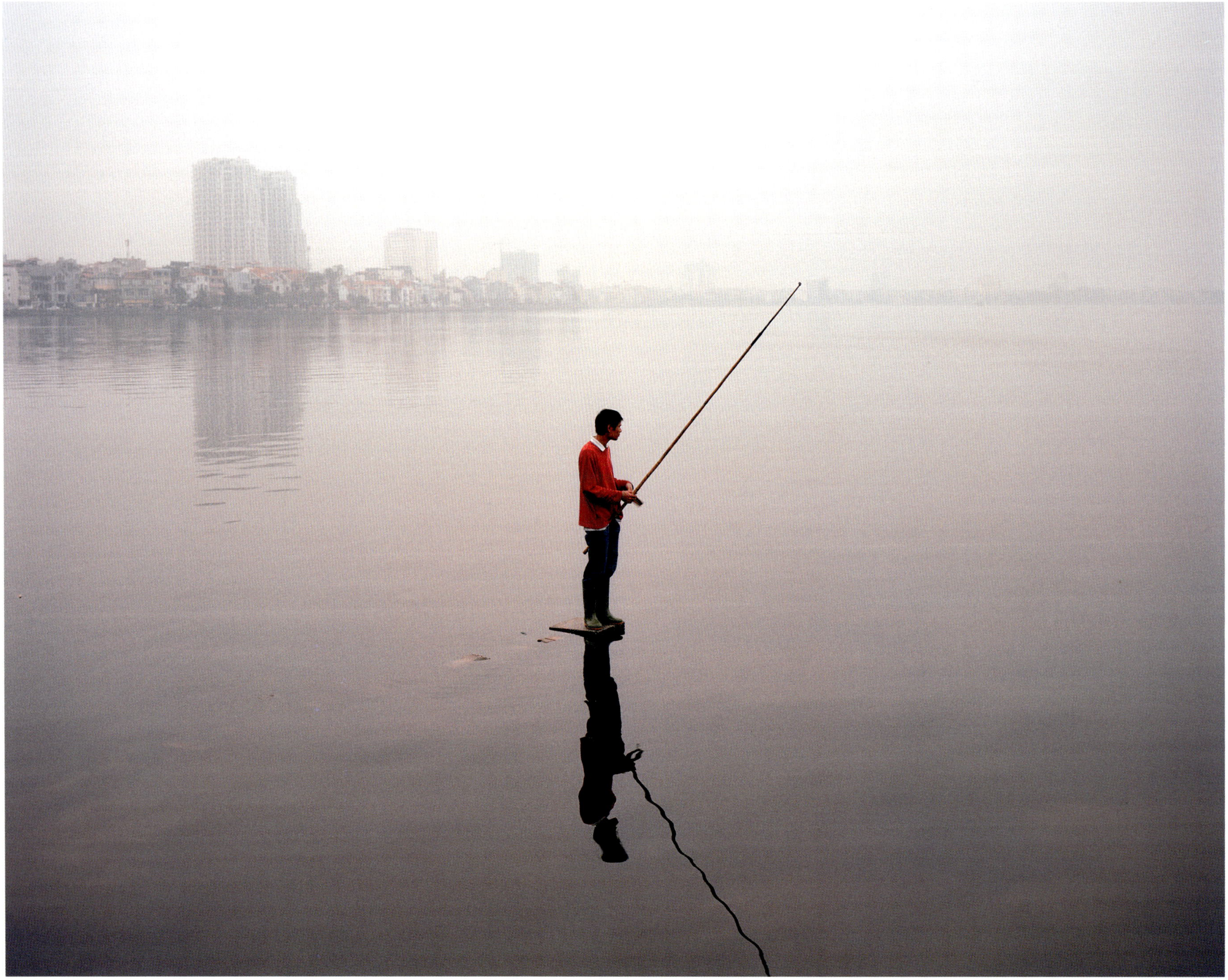

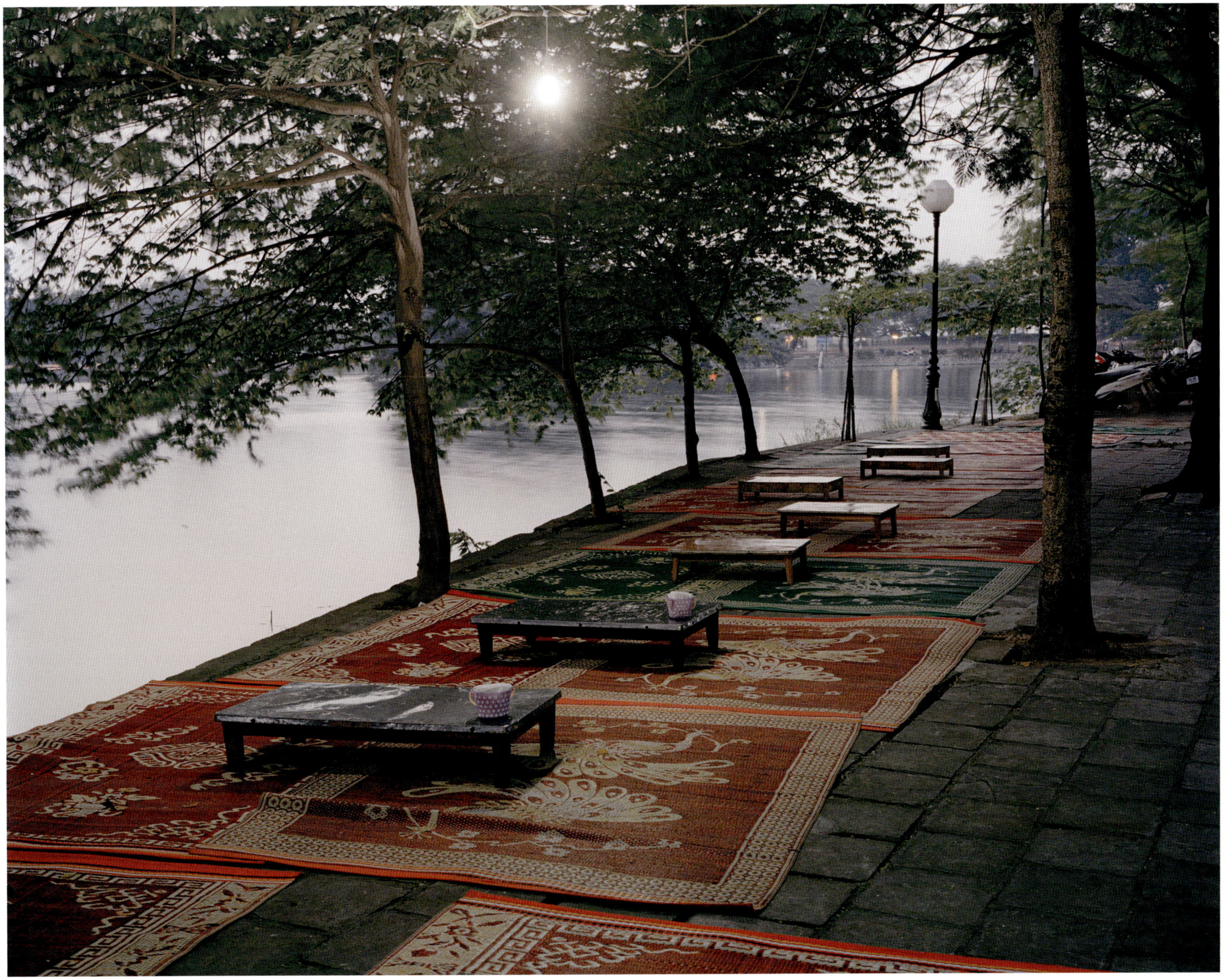

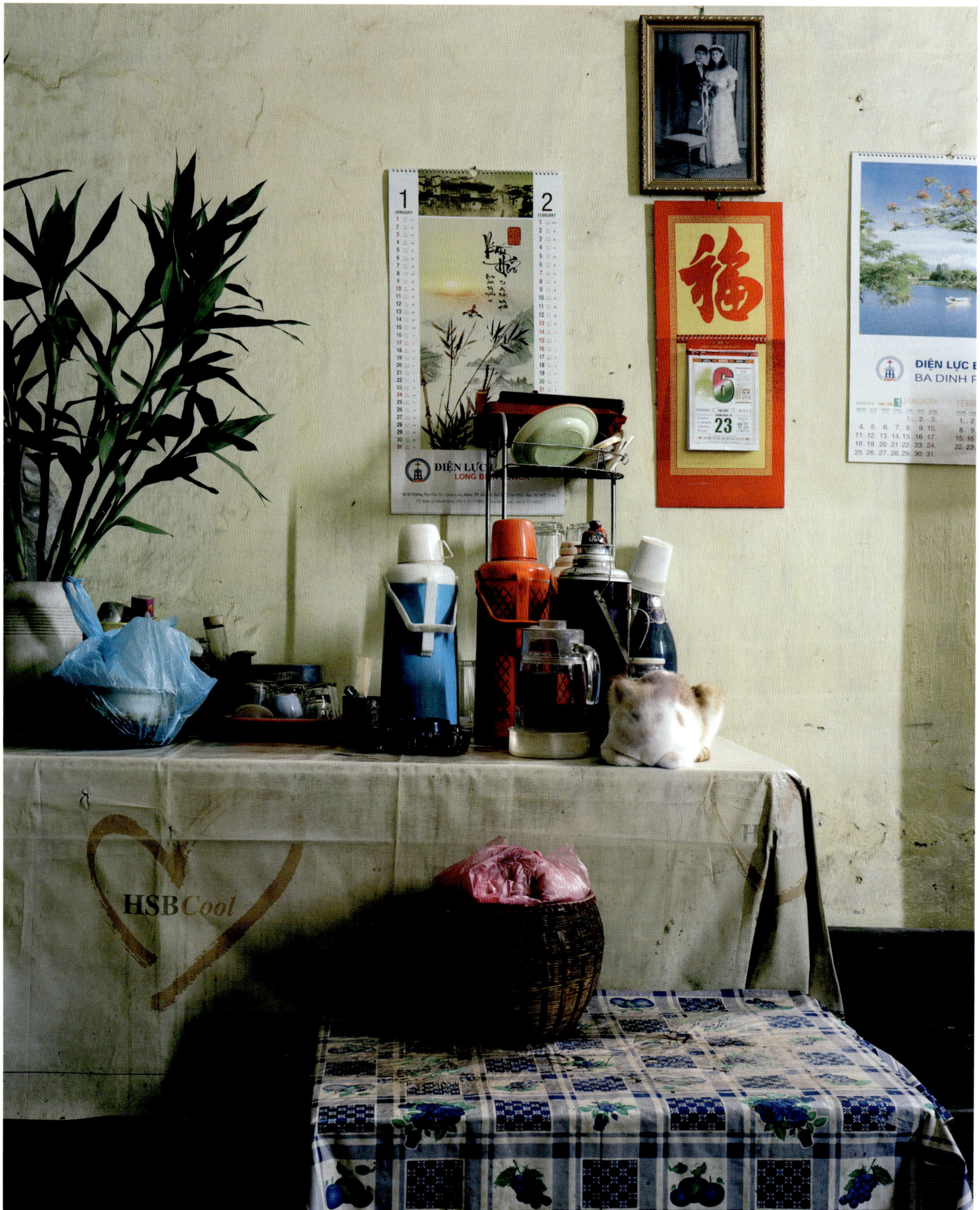
ĐIỆN LỰC
HSBCool

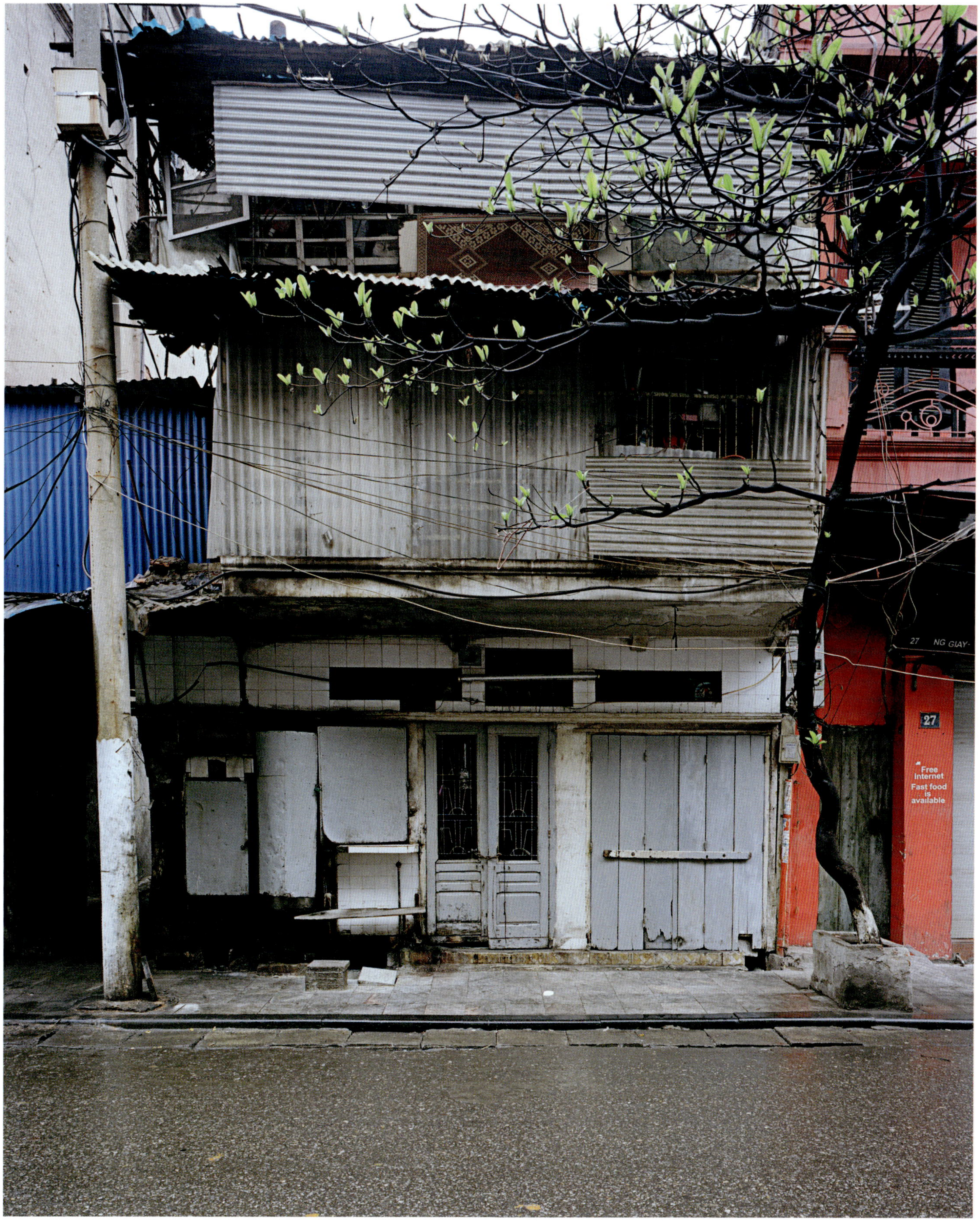
27 NG GIAY
27
Free Internet
Fast food is available

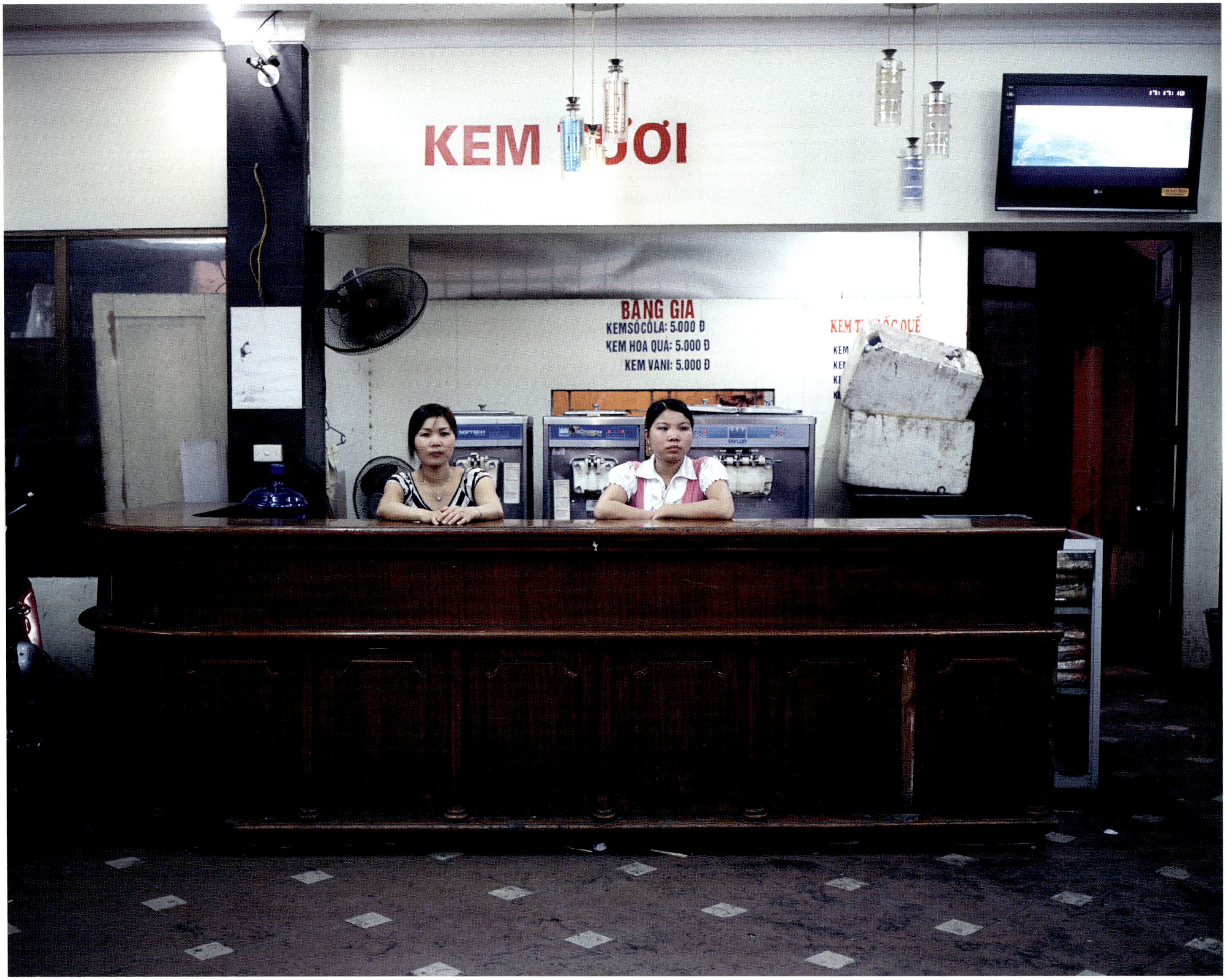
KEM
BANG GIA
KEMSÔCÔLA: 5.000 Đ
KEM HOA QUẢ: 5.000 Đ
KEM VANI: 5.000 Đ

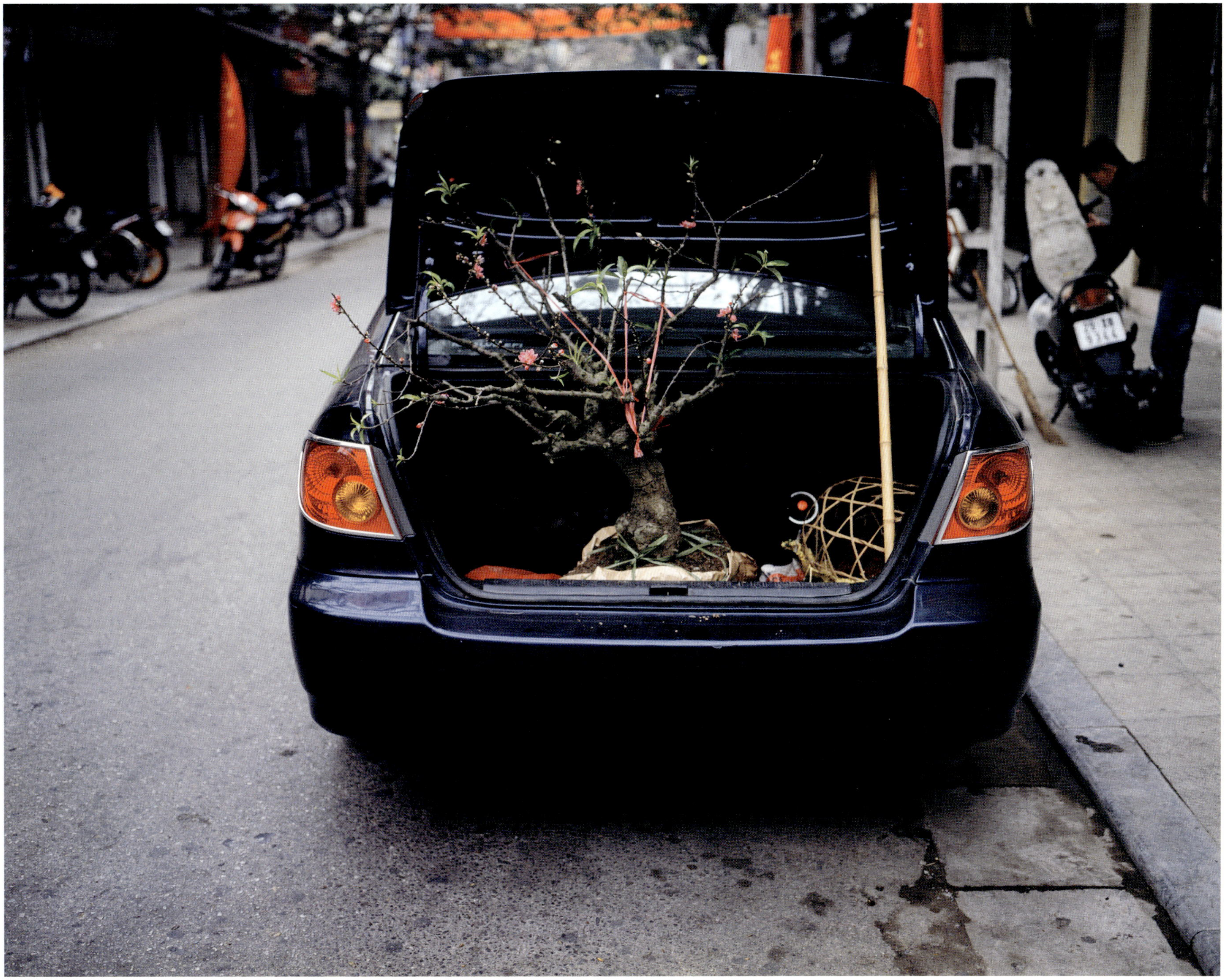

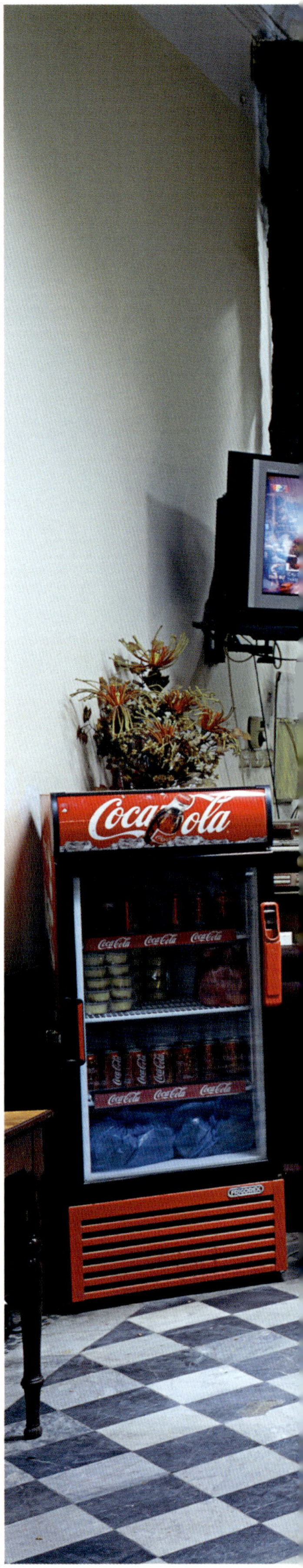
Coca-Cola

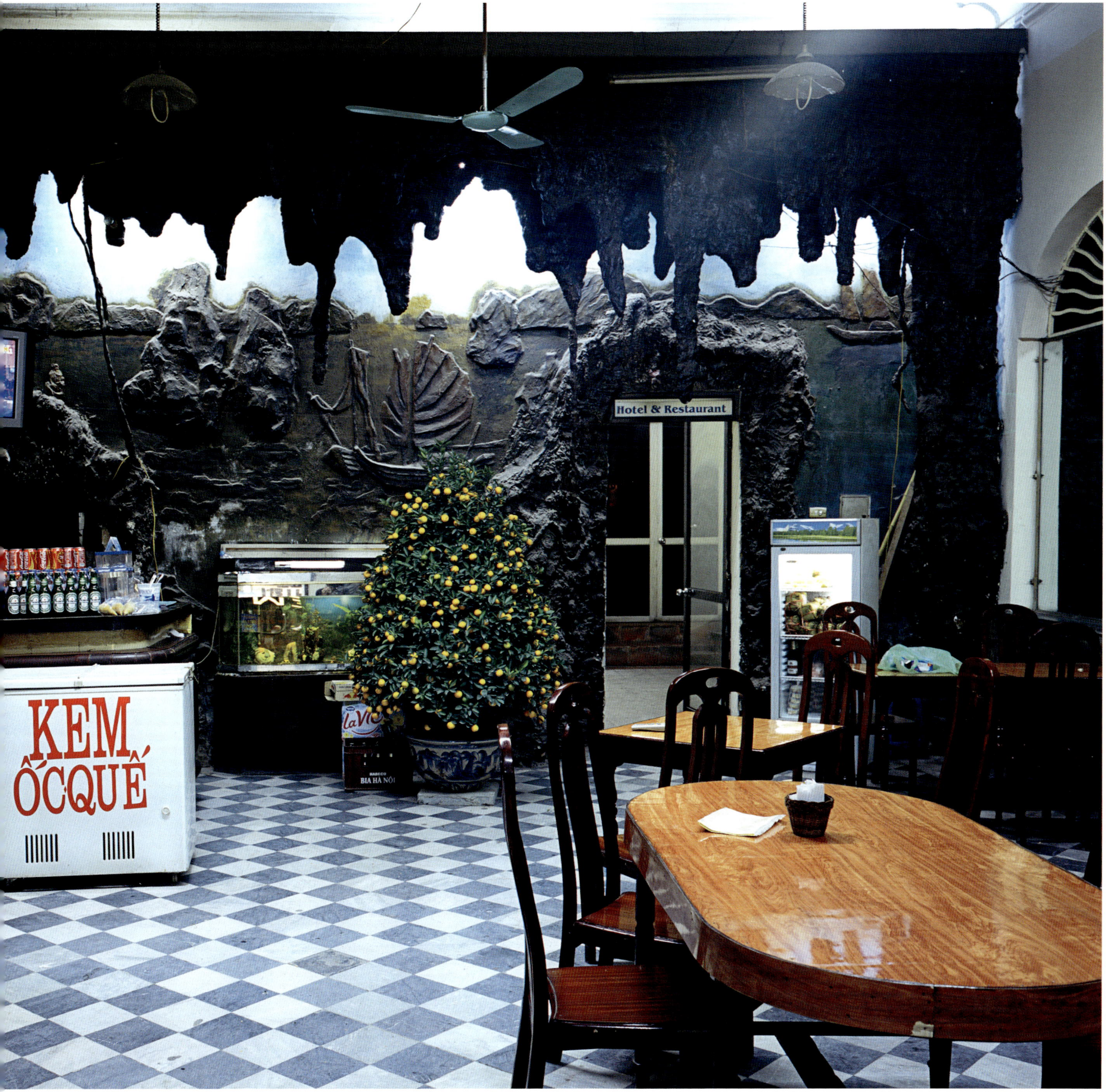
Hotel & Restaurant
KEM
ỐCQUẾ

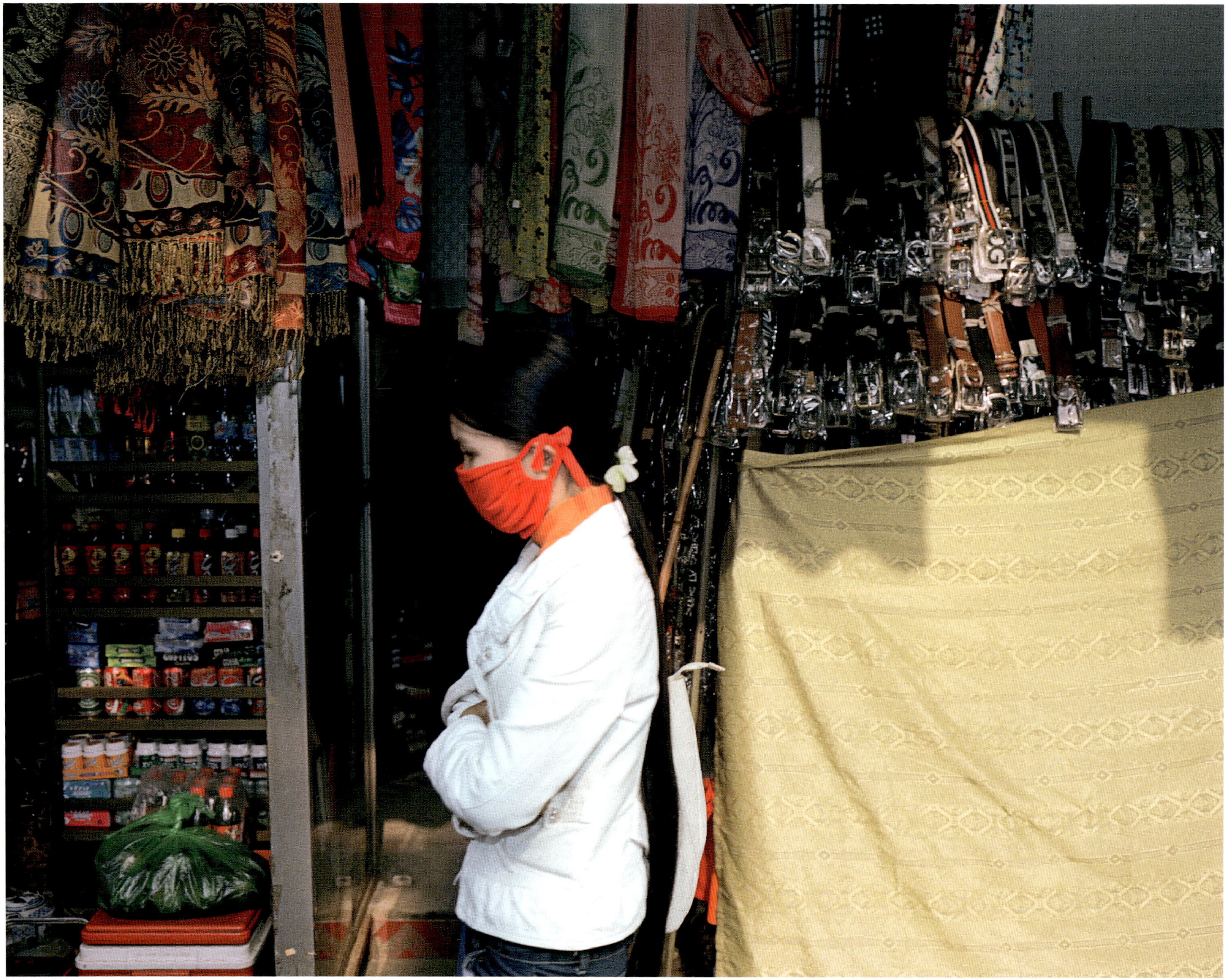

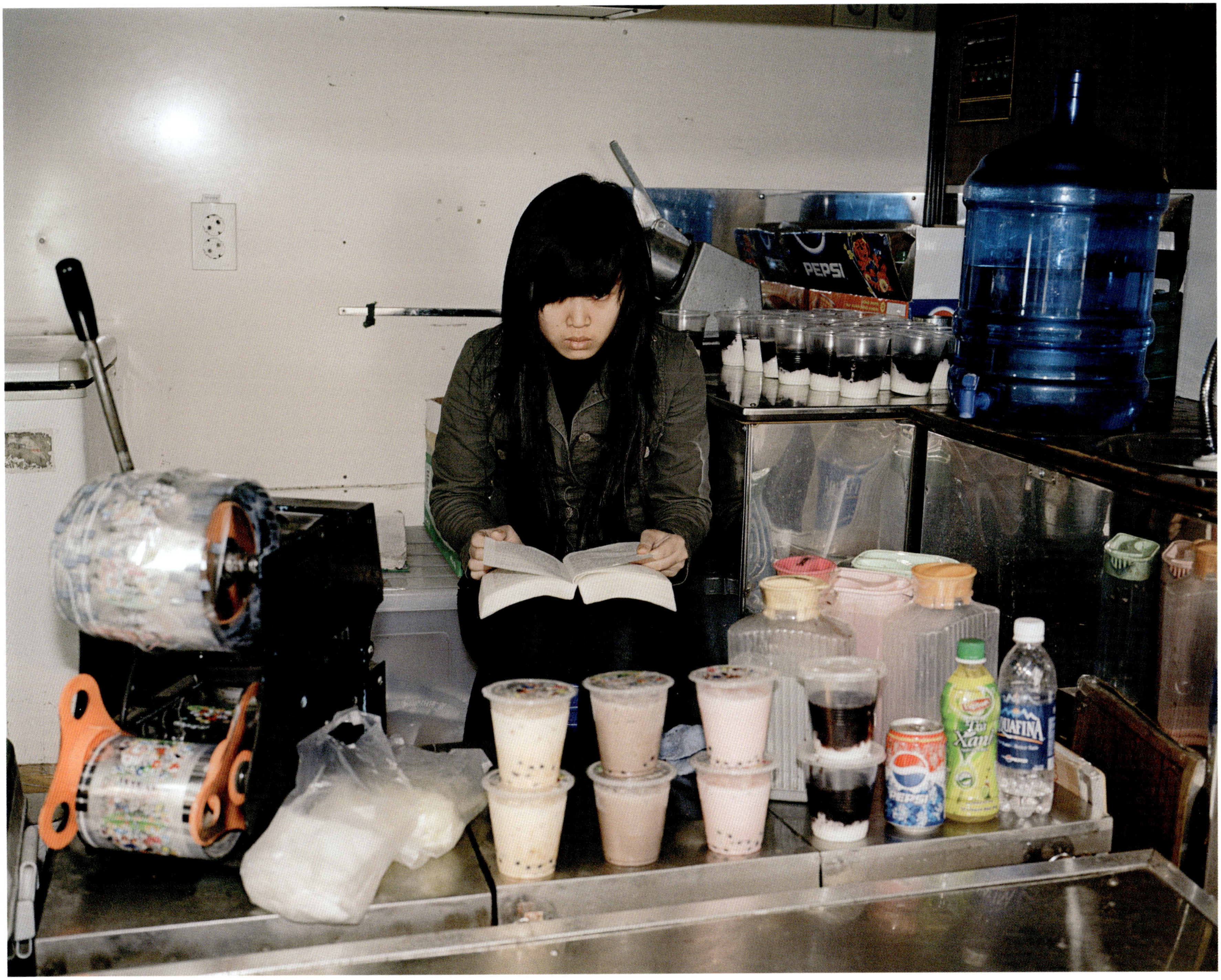

PEPSI
AQUAFINA

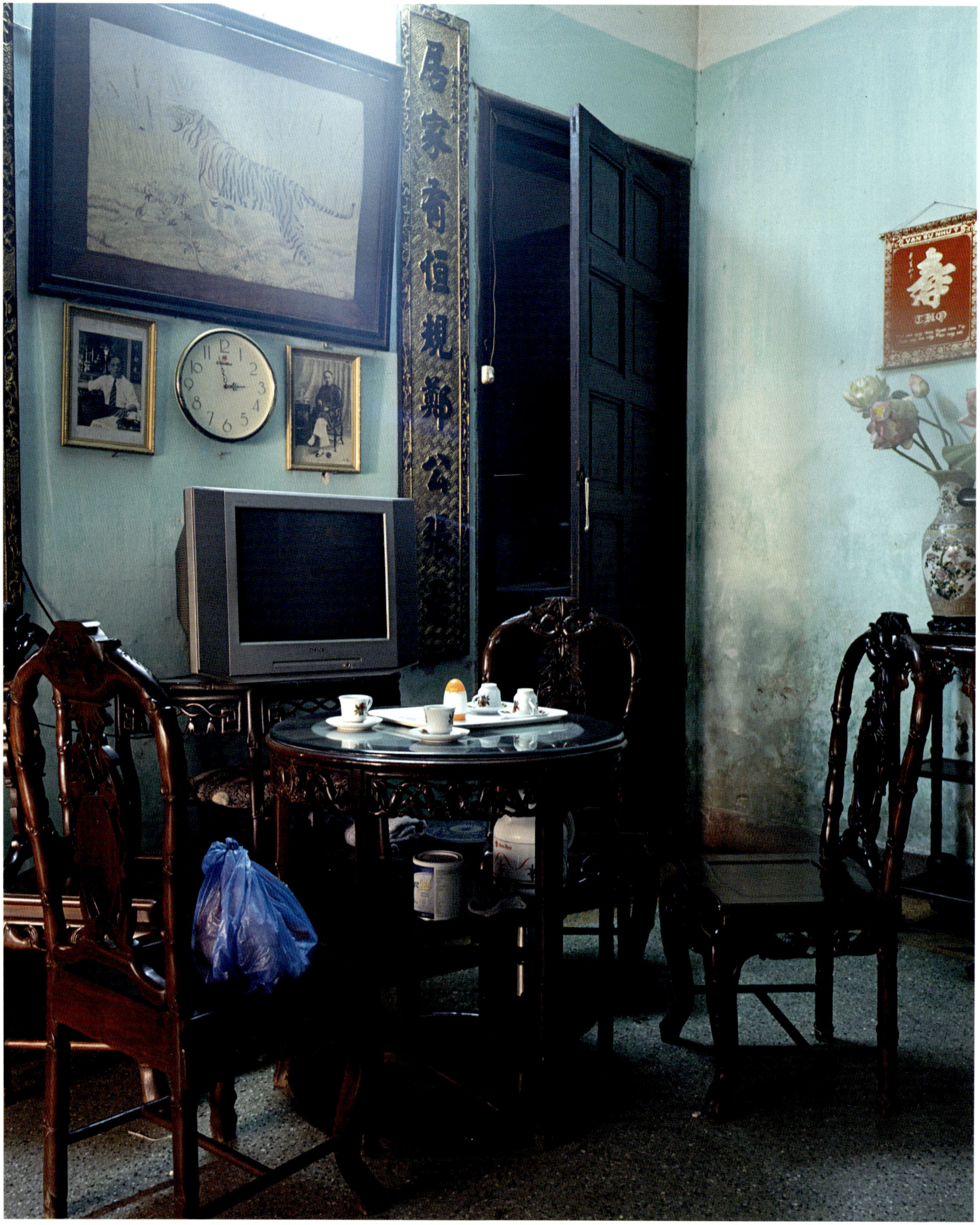
居家奇恒規鄭公
壽
THỌ

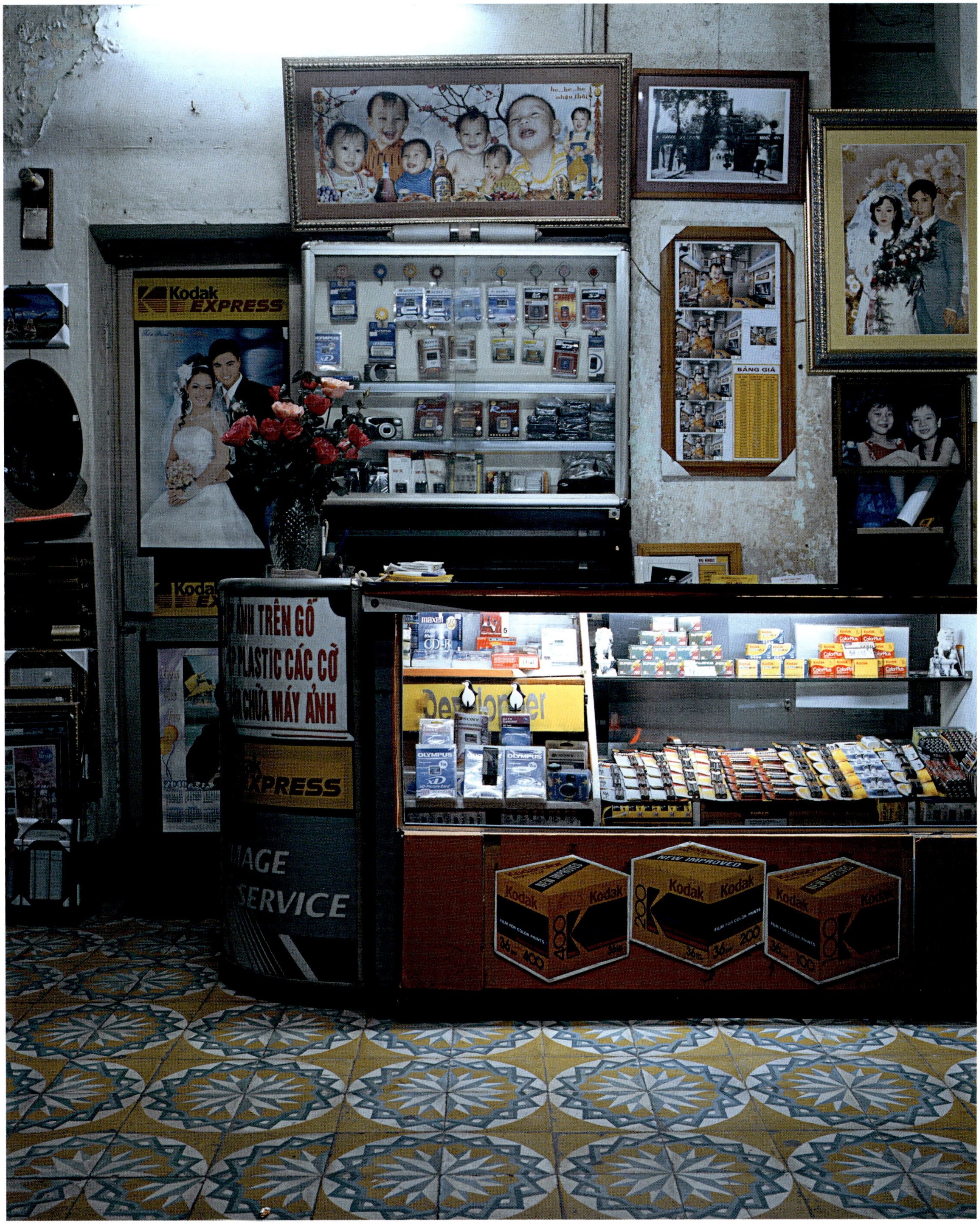
Kodak EXPRESS
BẢNG GIÁ
SERVICE
NEW IMPROVED
Kodak
FILM FOR COLOR PRINTS

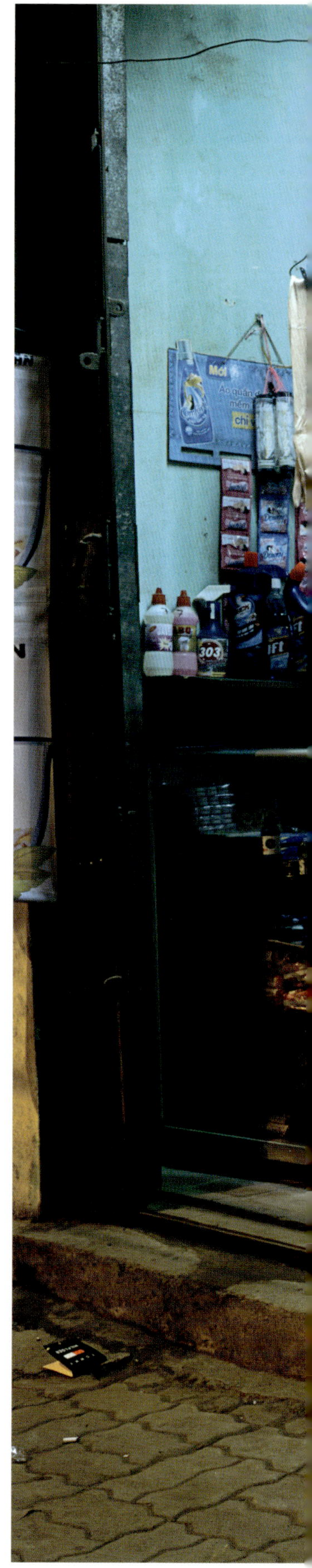

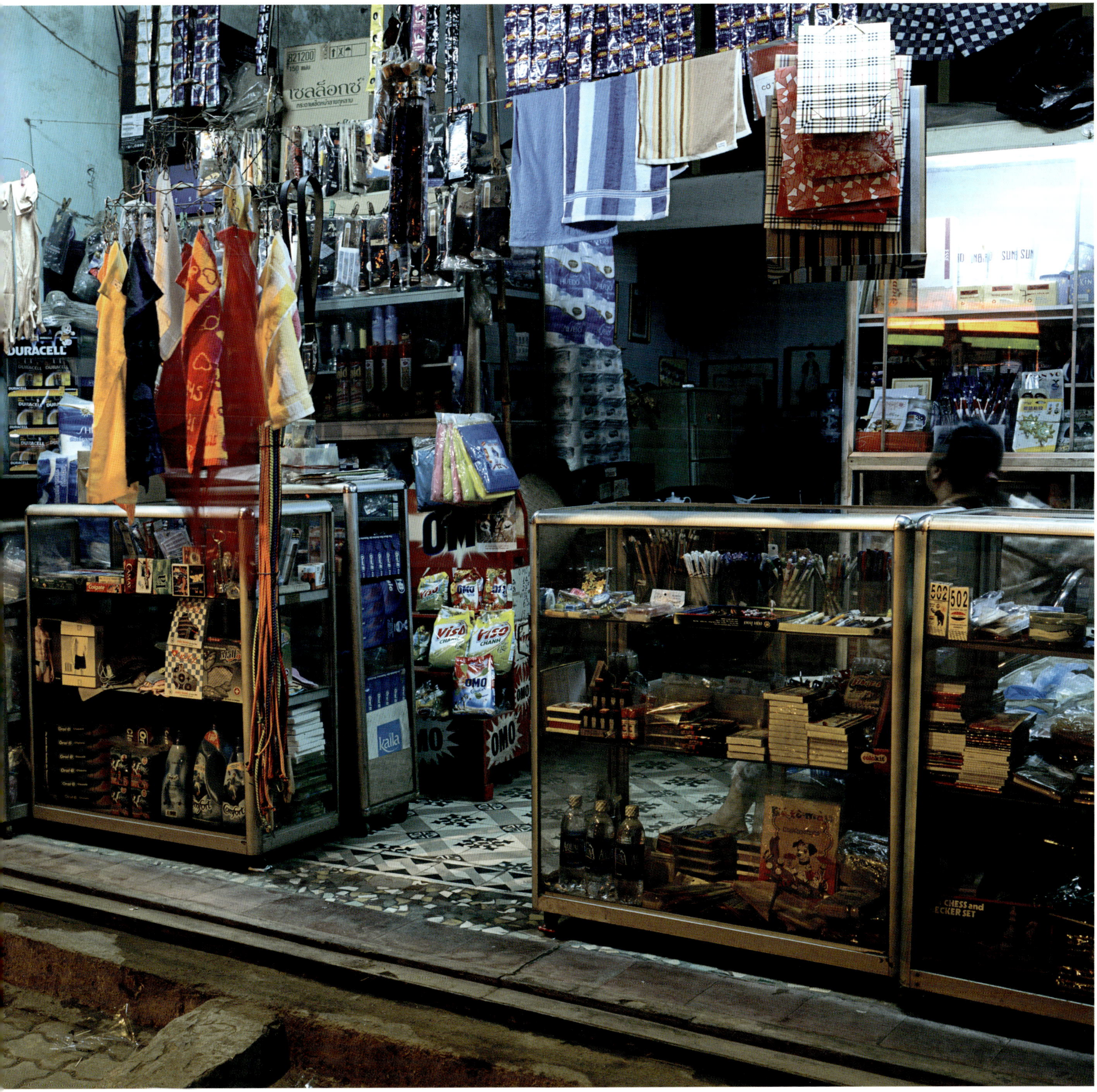
DURACELL
OMO
502
CHESS and
ECKER SET

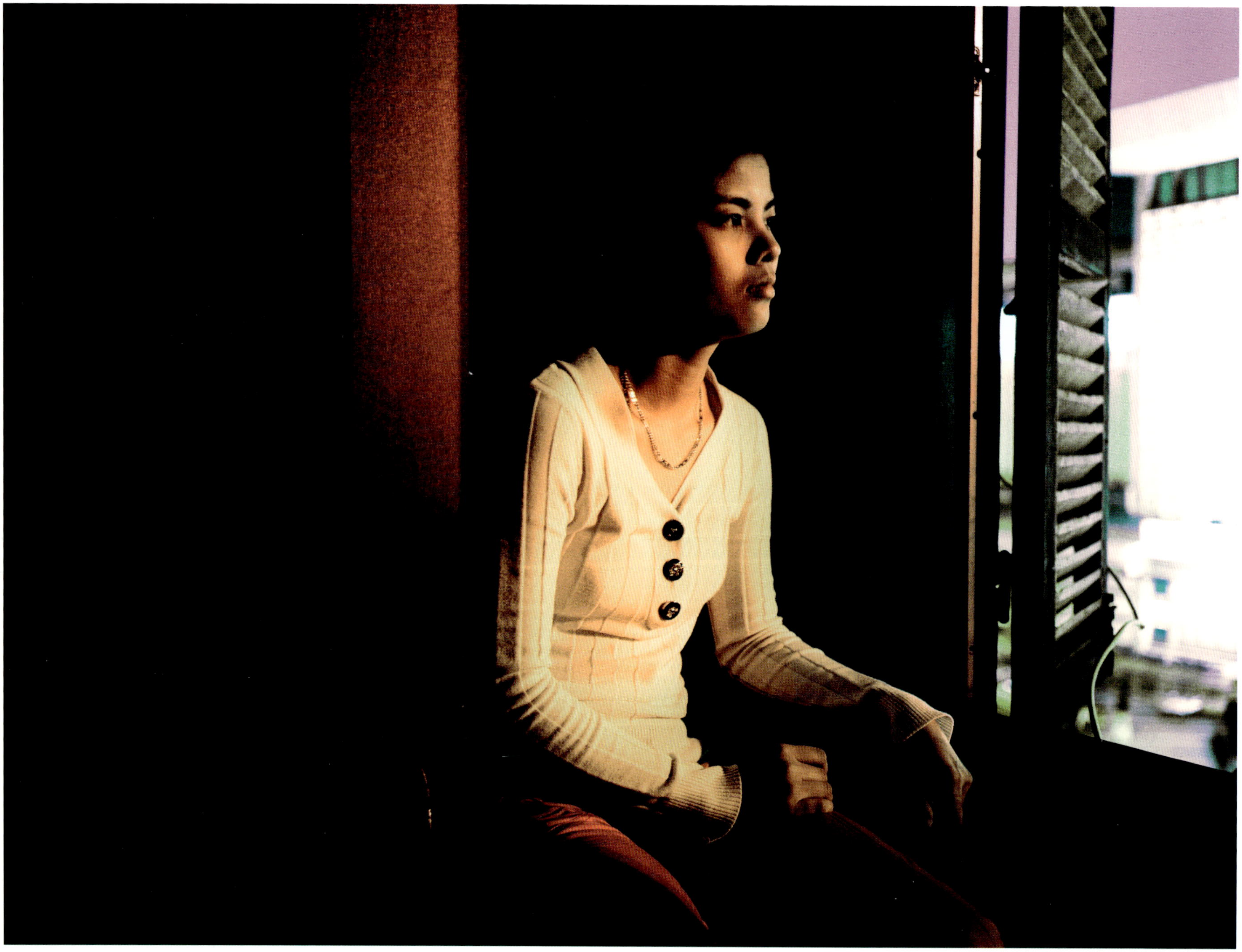

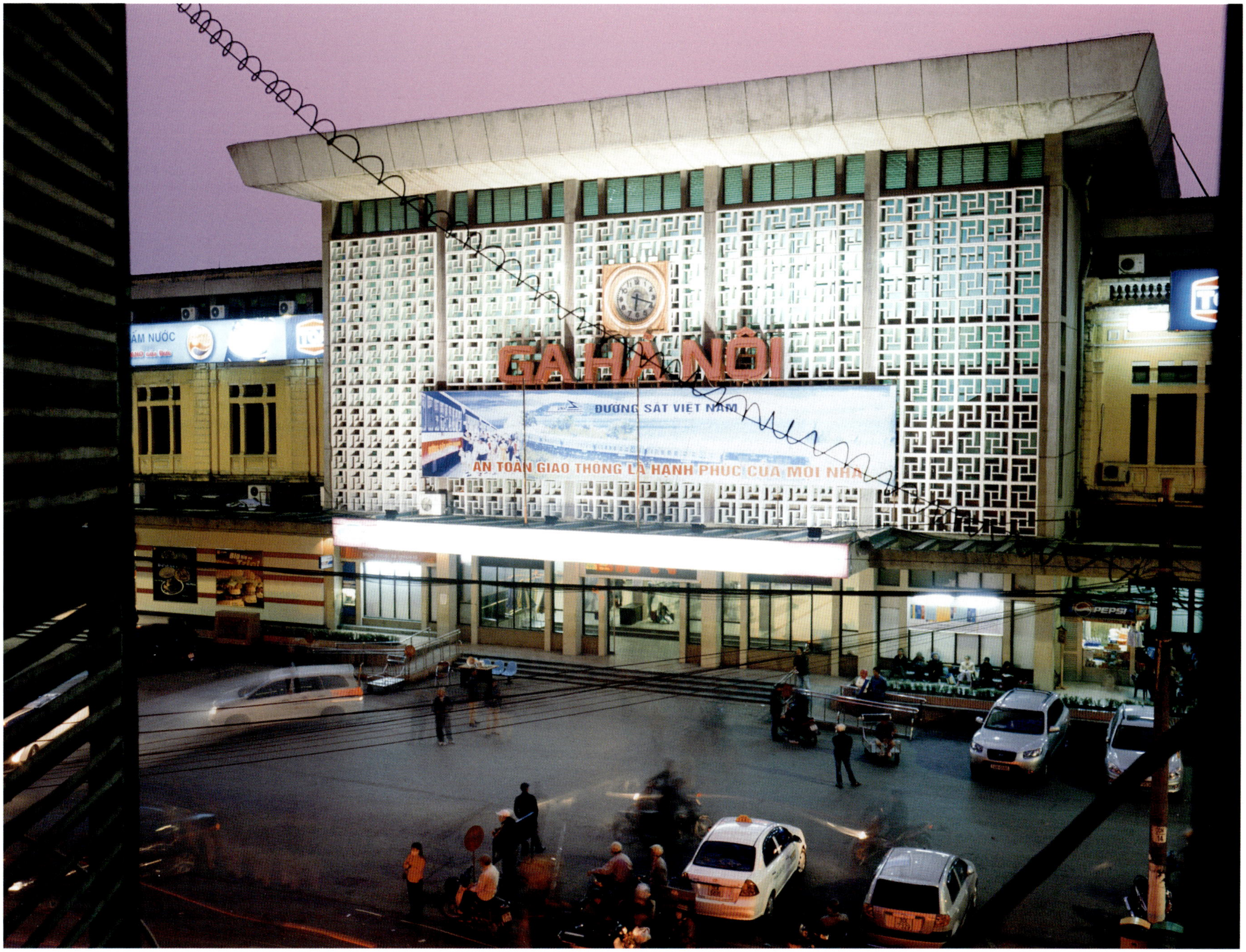
GA HÀ NỘI
ĐƯỜNG SẮT VIỆT NAM
AN TOÀN GIAO THÔNG LÀ HẠNH PHÚC CỦA MỌI NHÀ
PEPSI

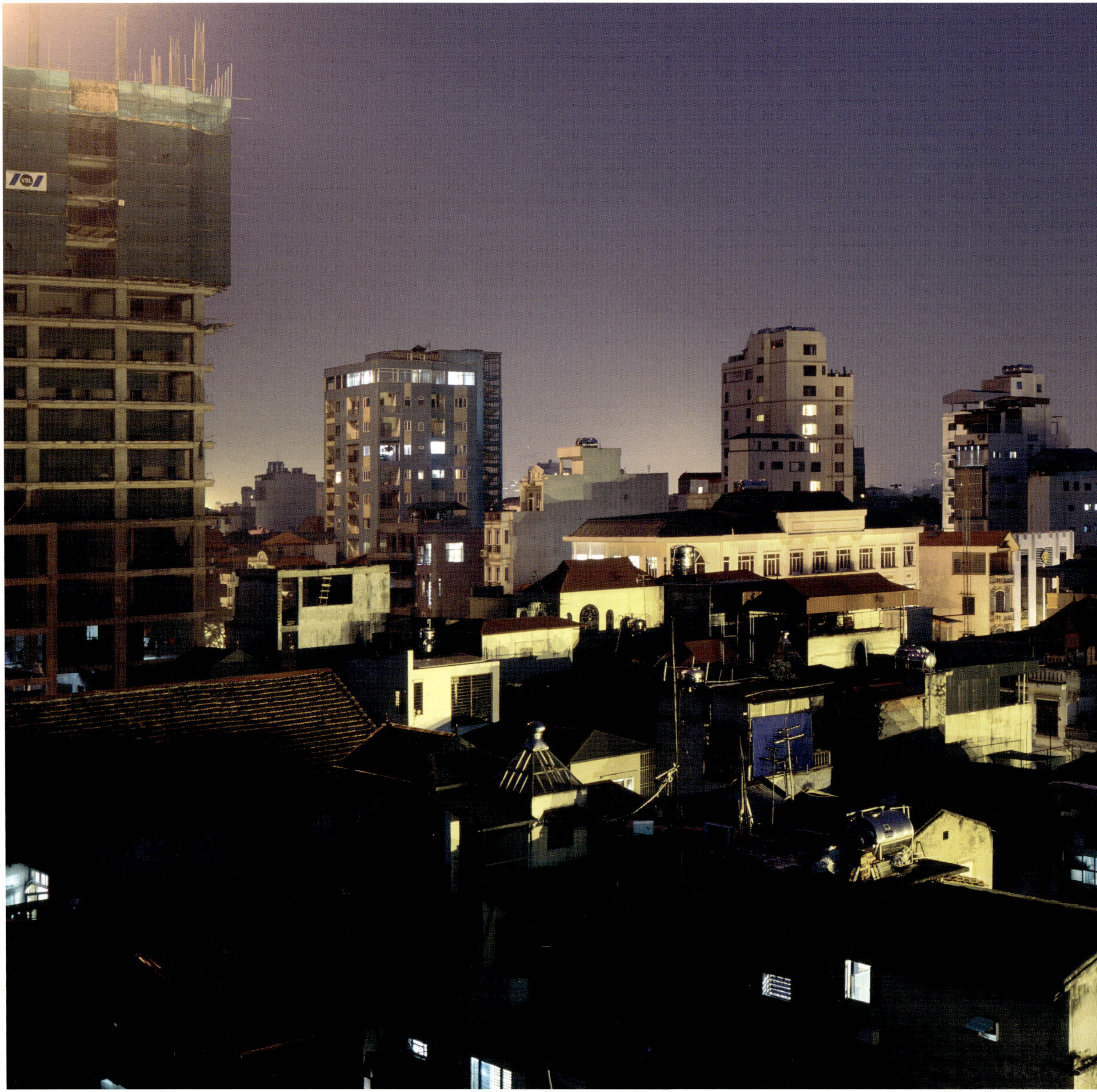

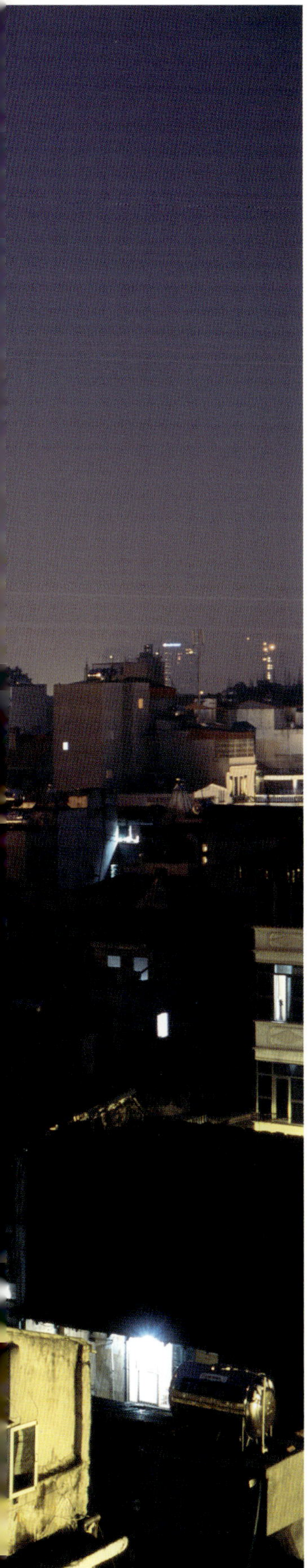

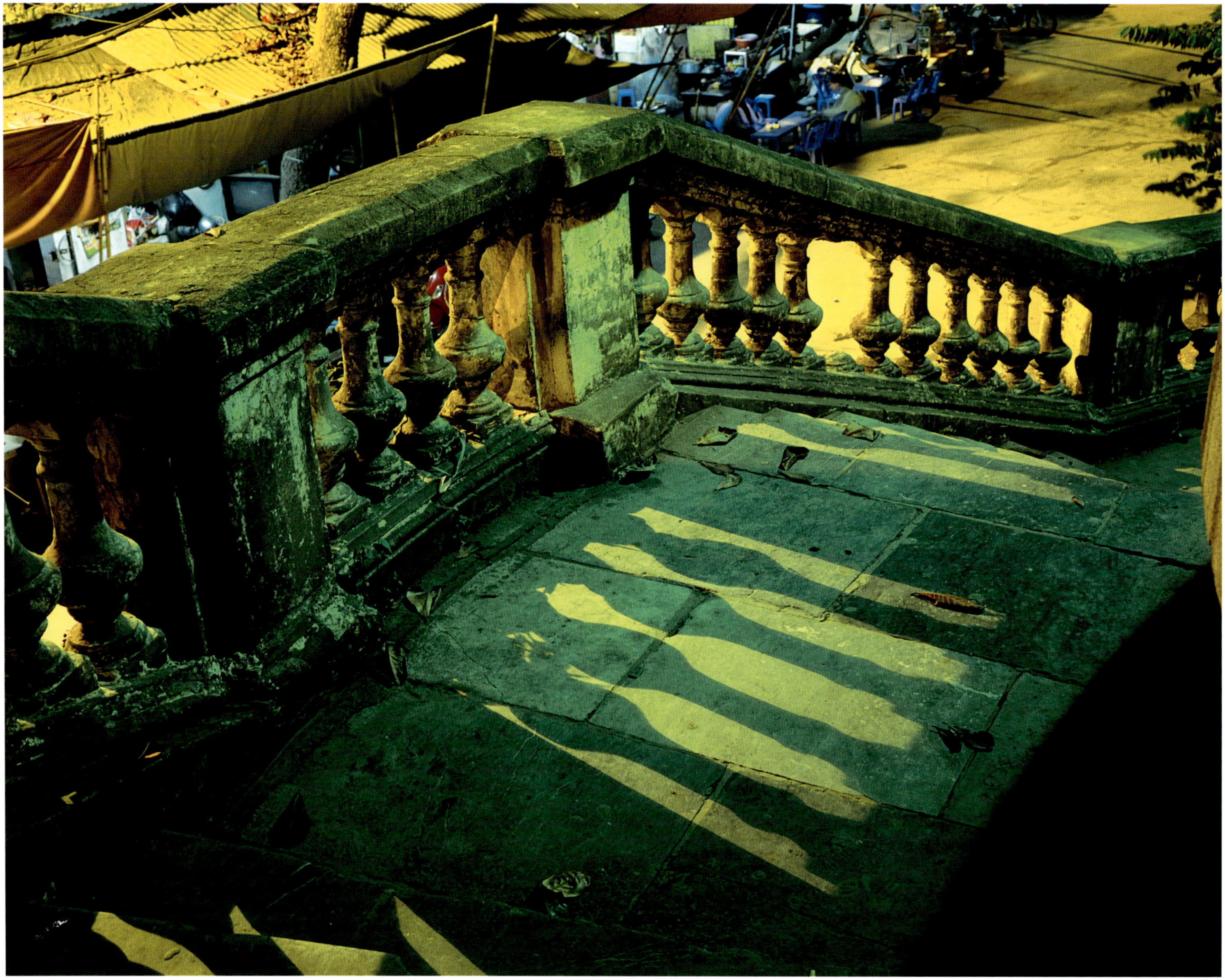

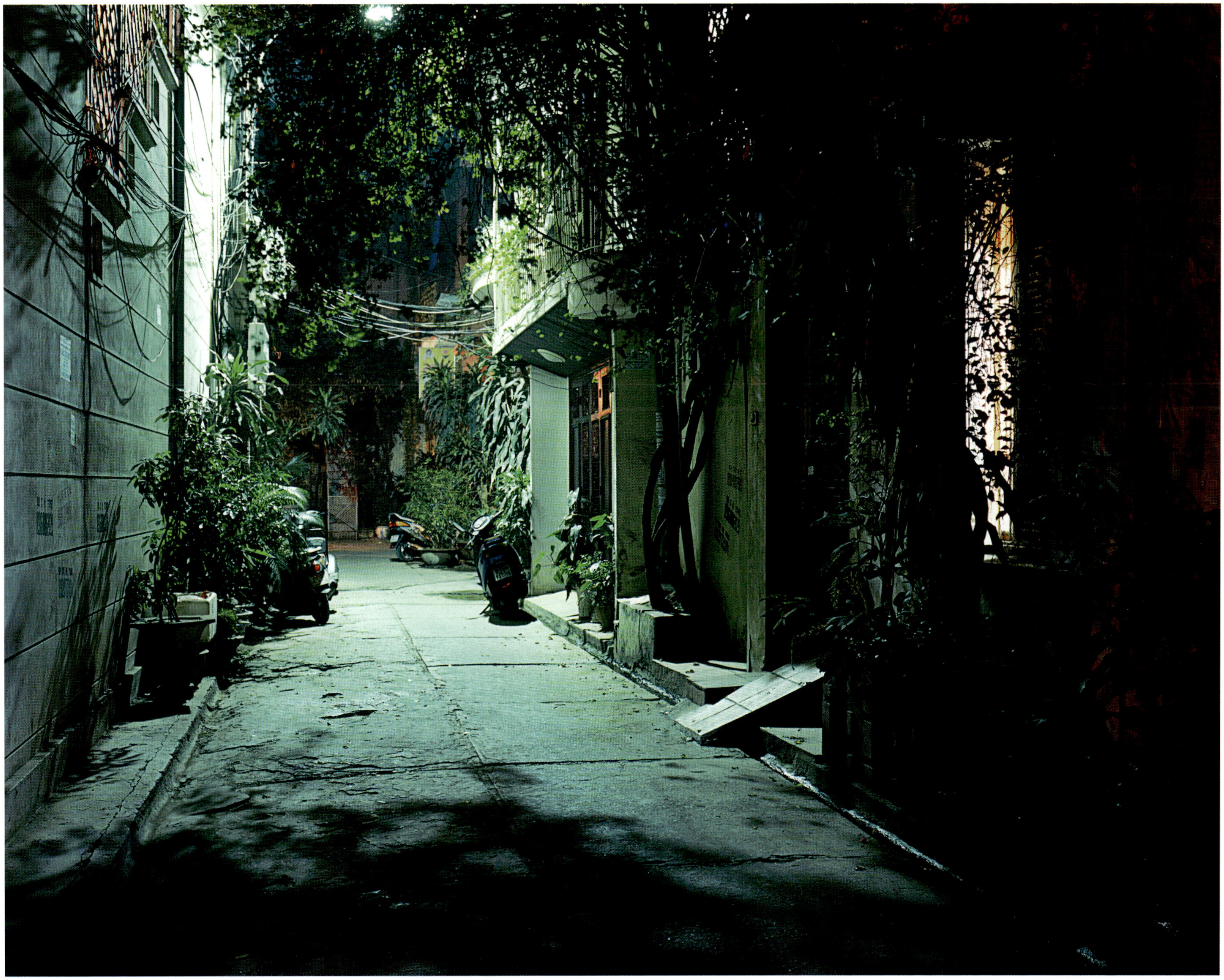

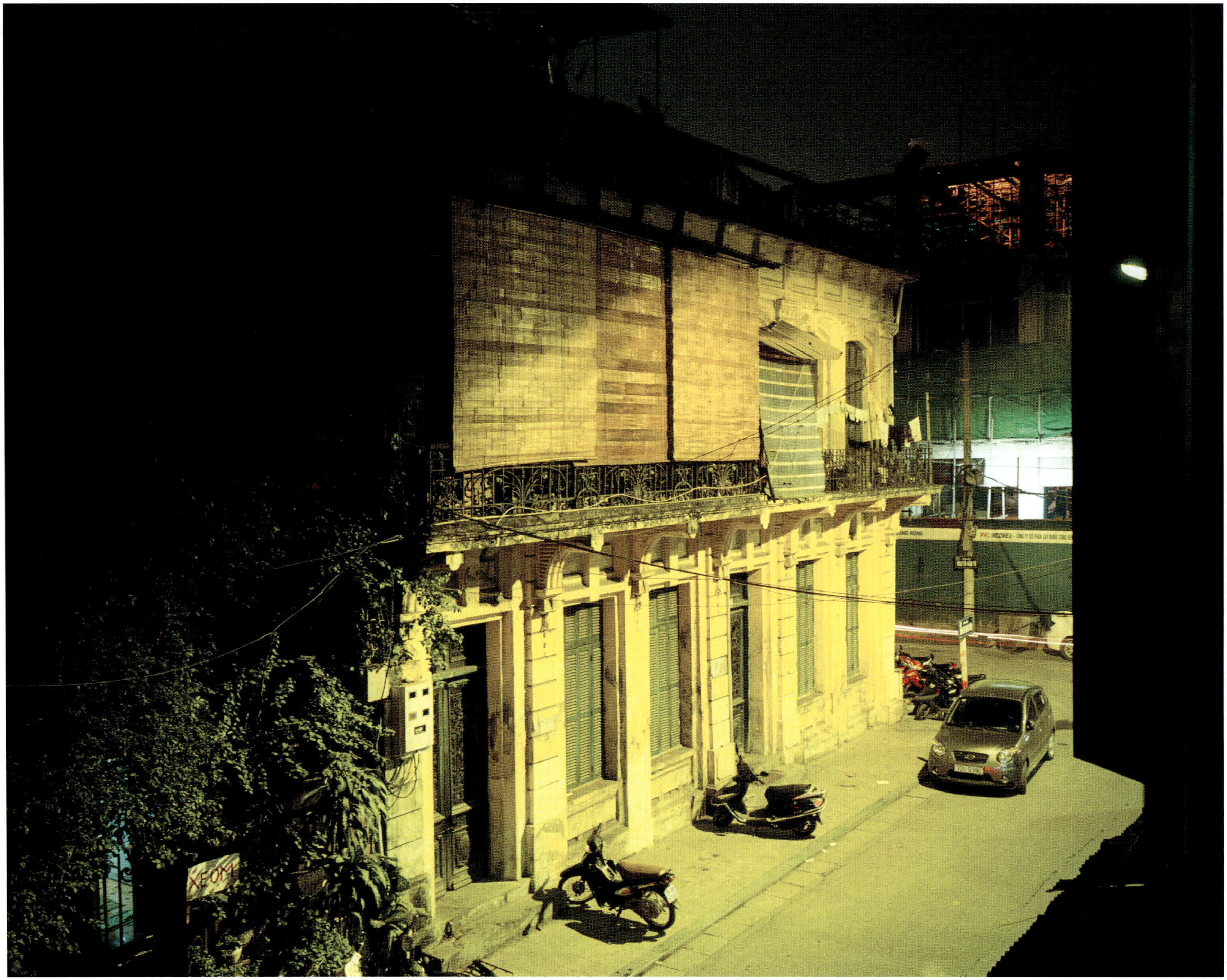
XEOM

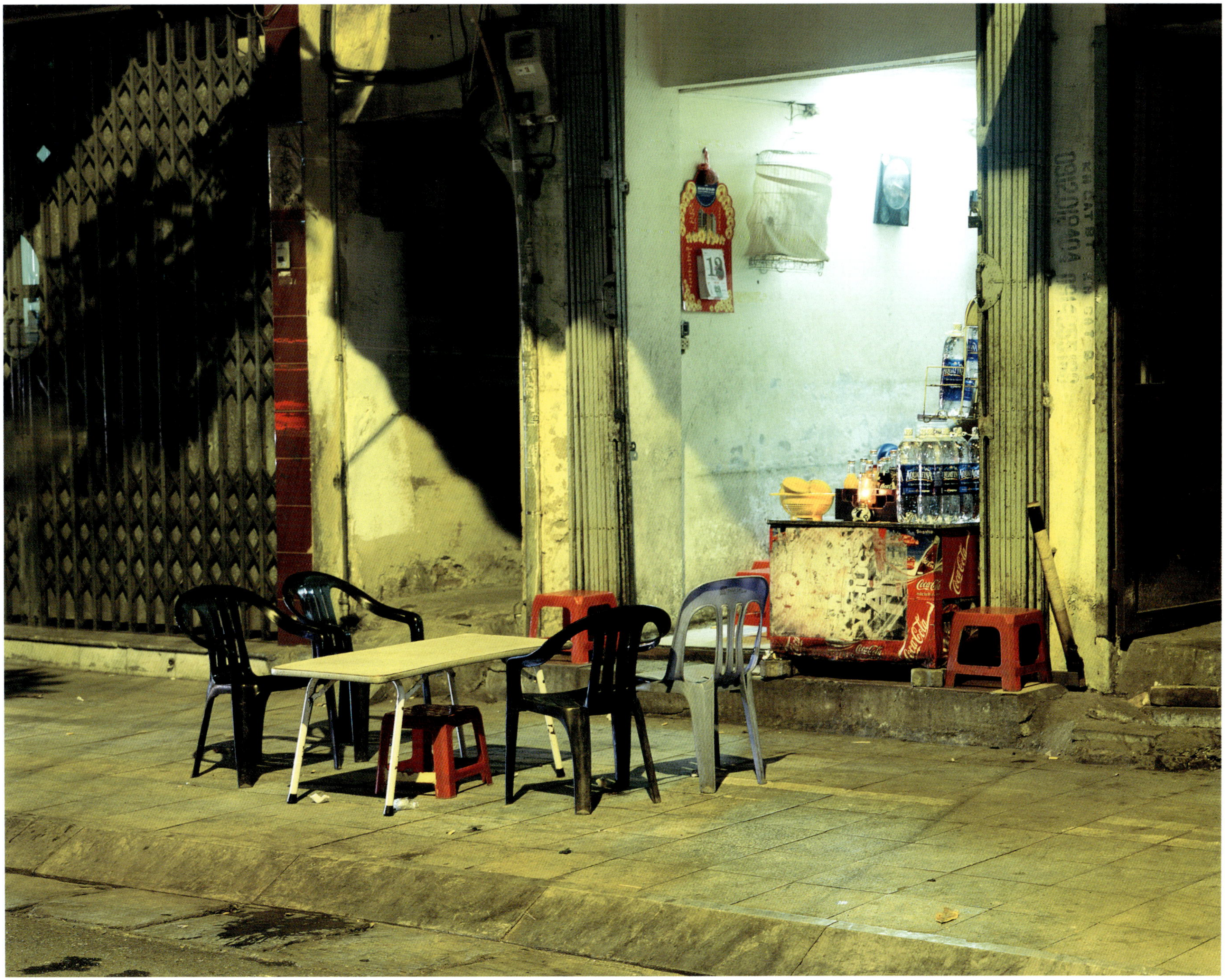
Coca-Cola

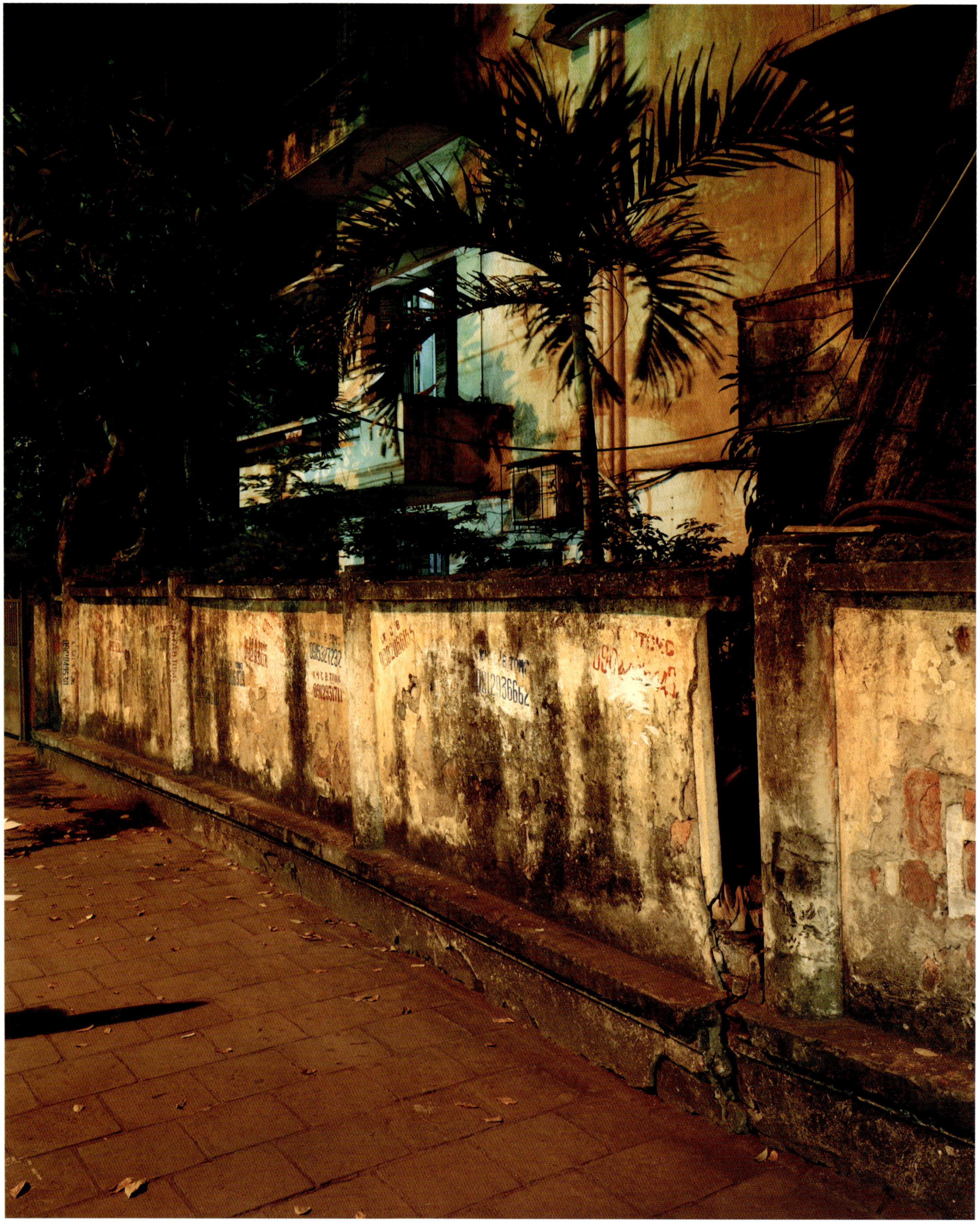
K H C B TONG
0915327232
K H C B TONG
0912931711
C B TONG
0912936662

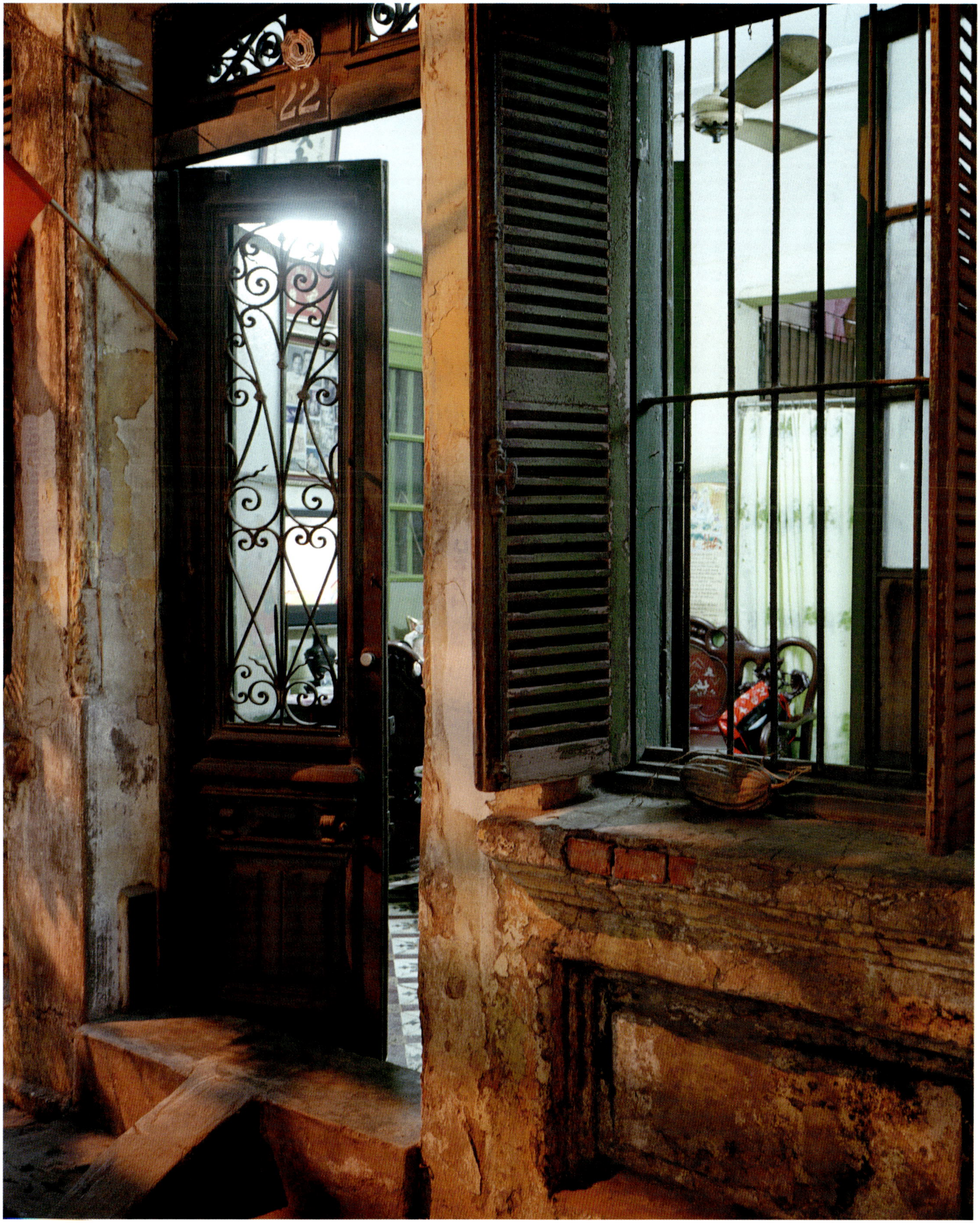
22

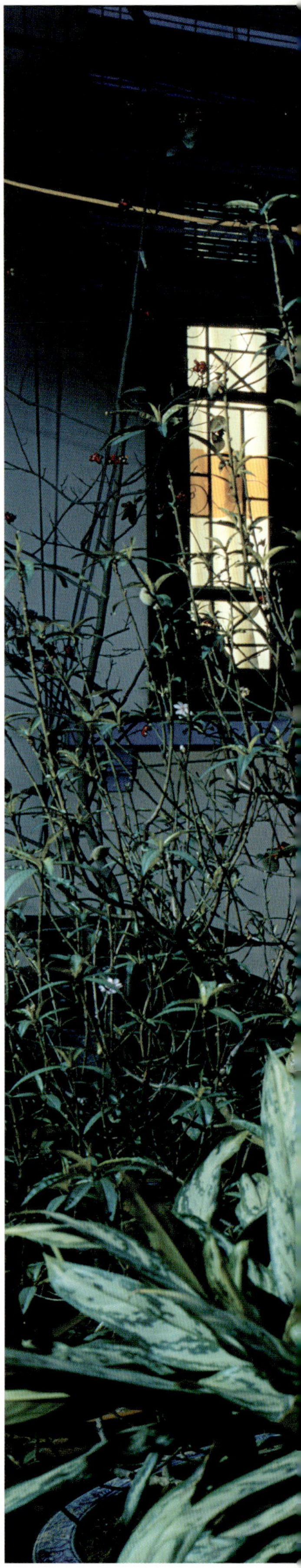

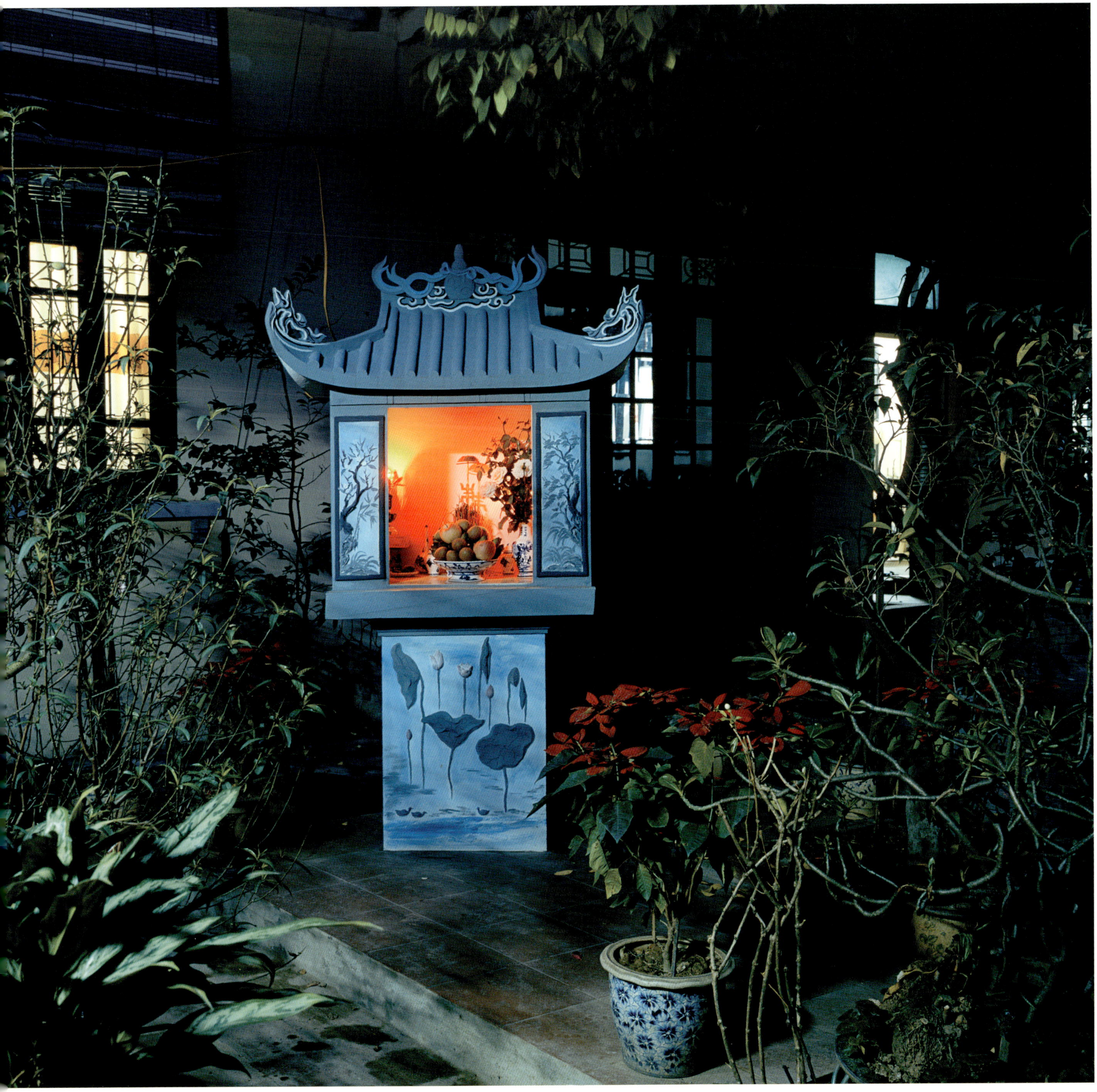

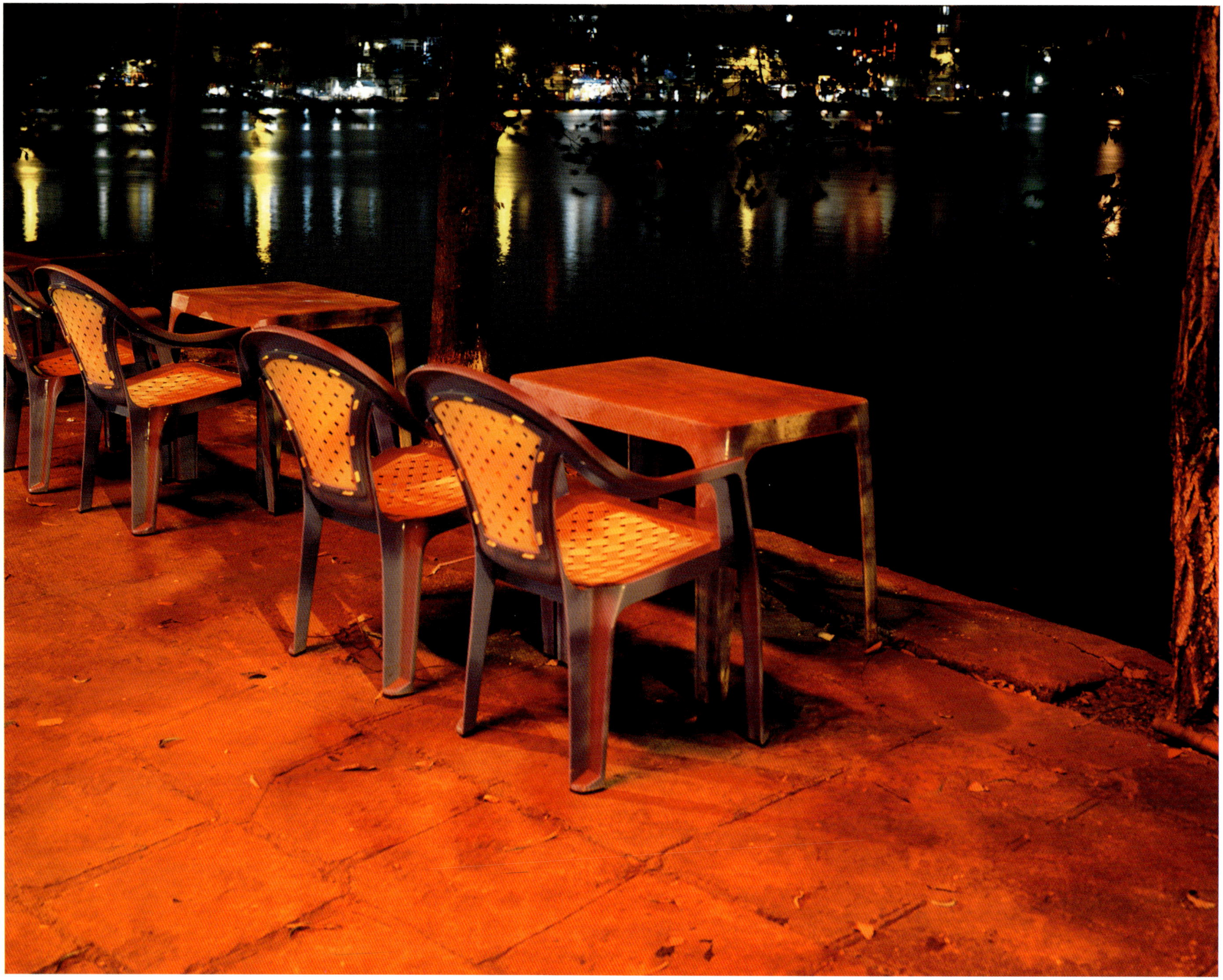

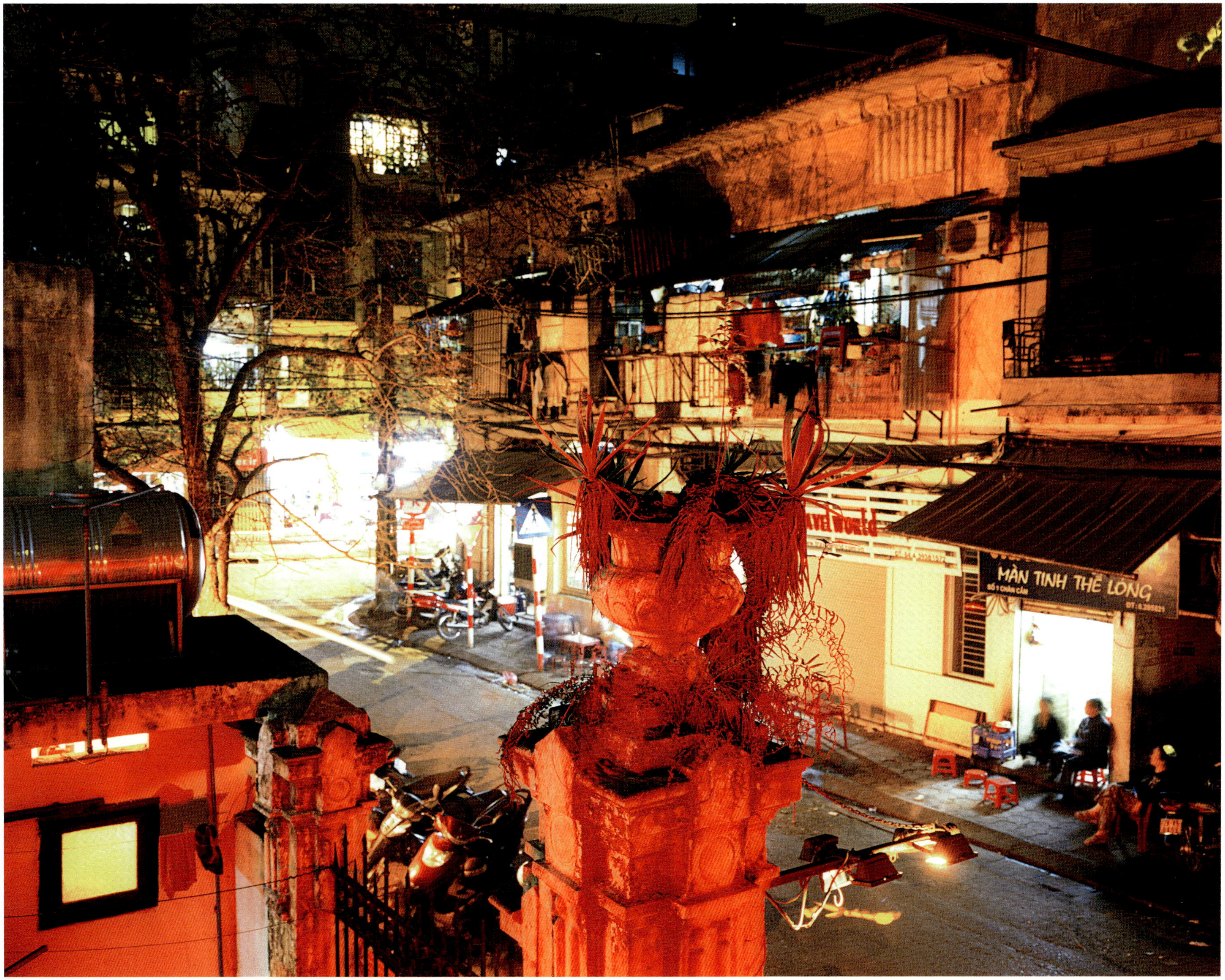
MÀN TINH THỂ LỎNG

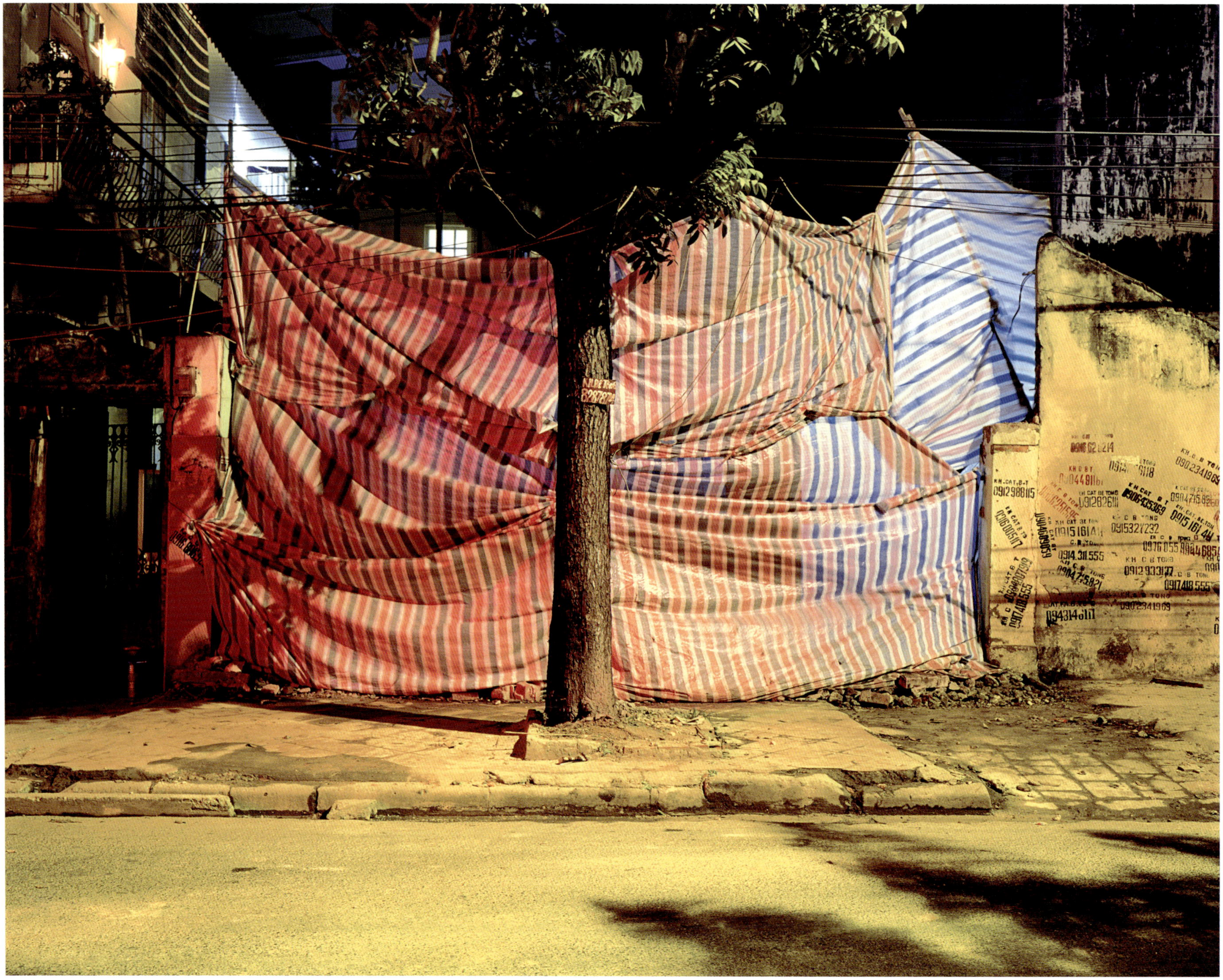
KH.CAT.B-T
0912988115
KH CAT BE TONG
0915327232
0914.311.555
KH C B TONG
0917418555
0902341969

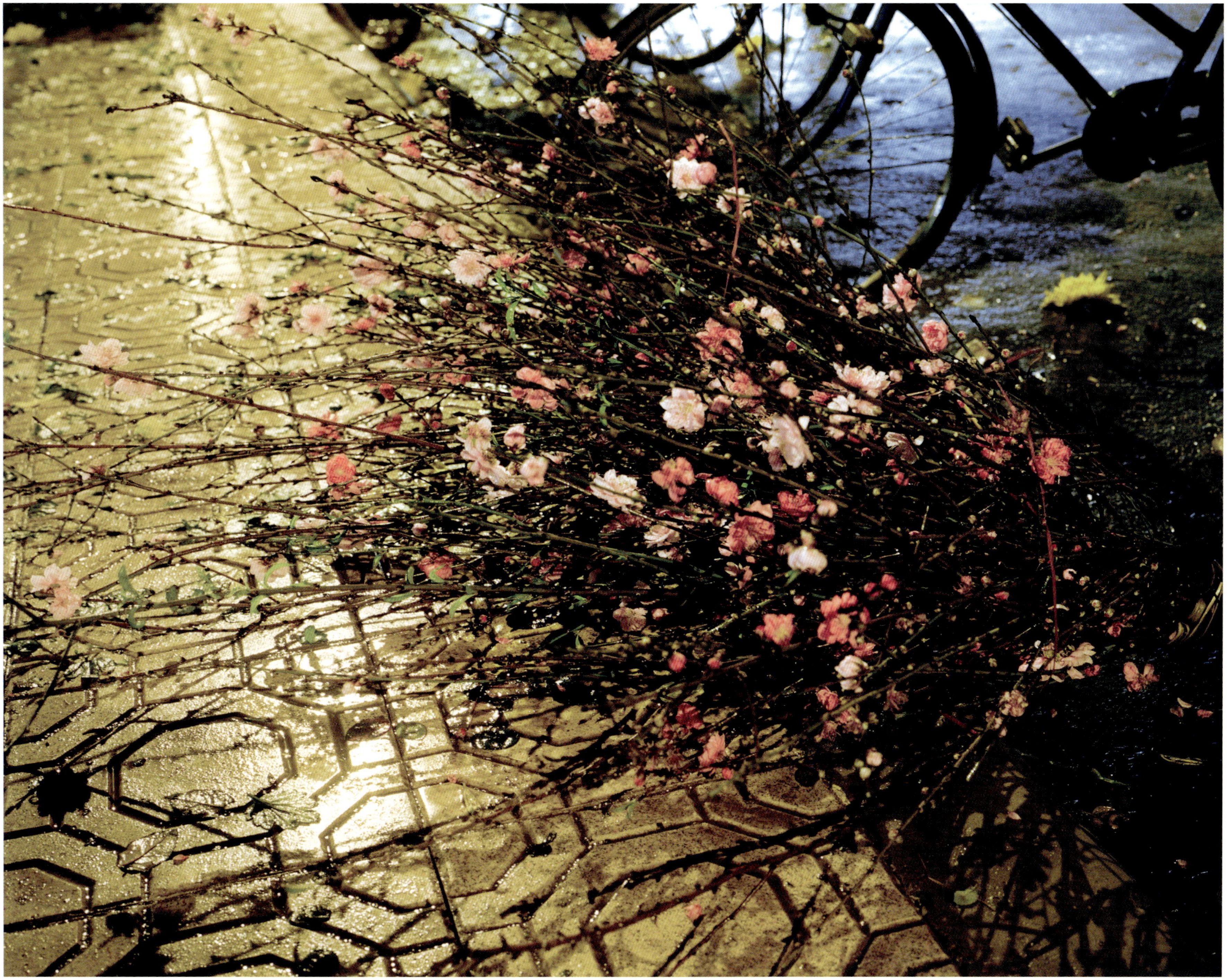

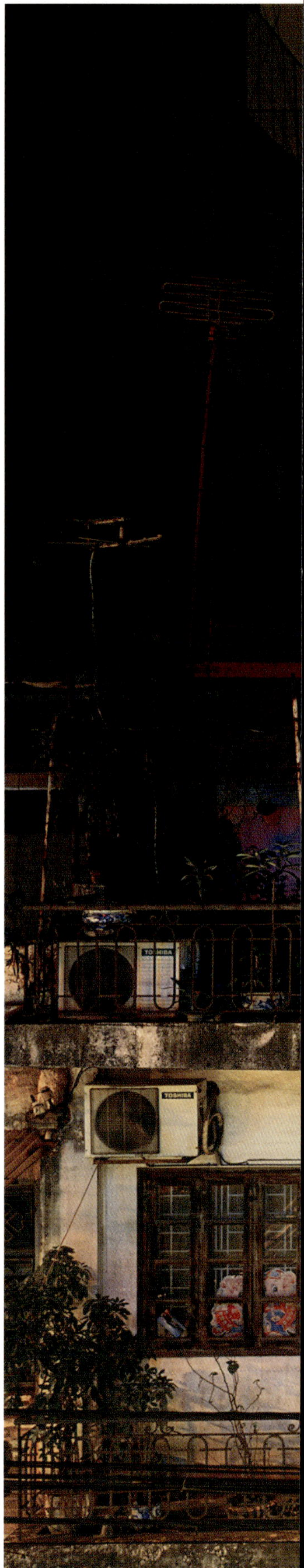

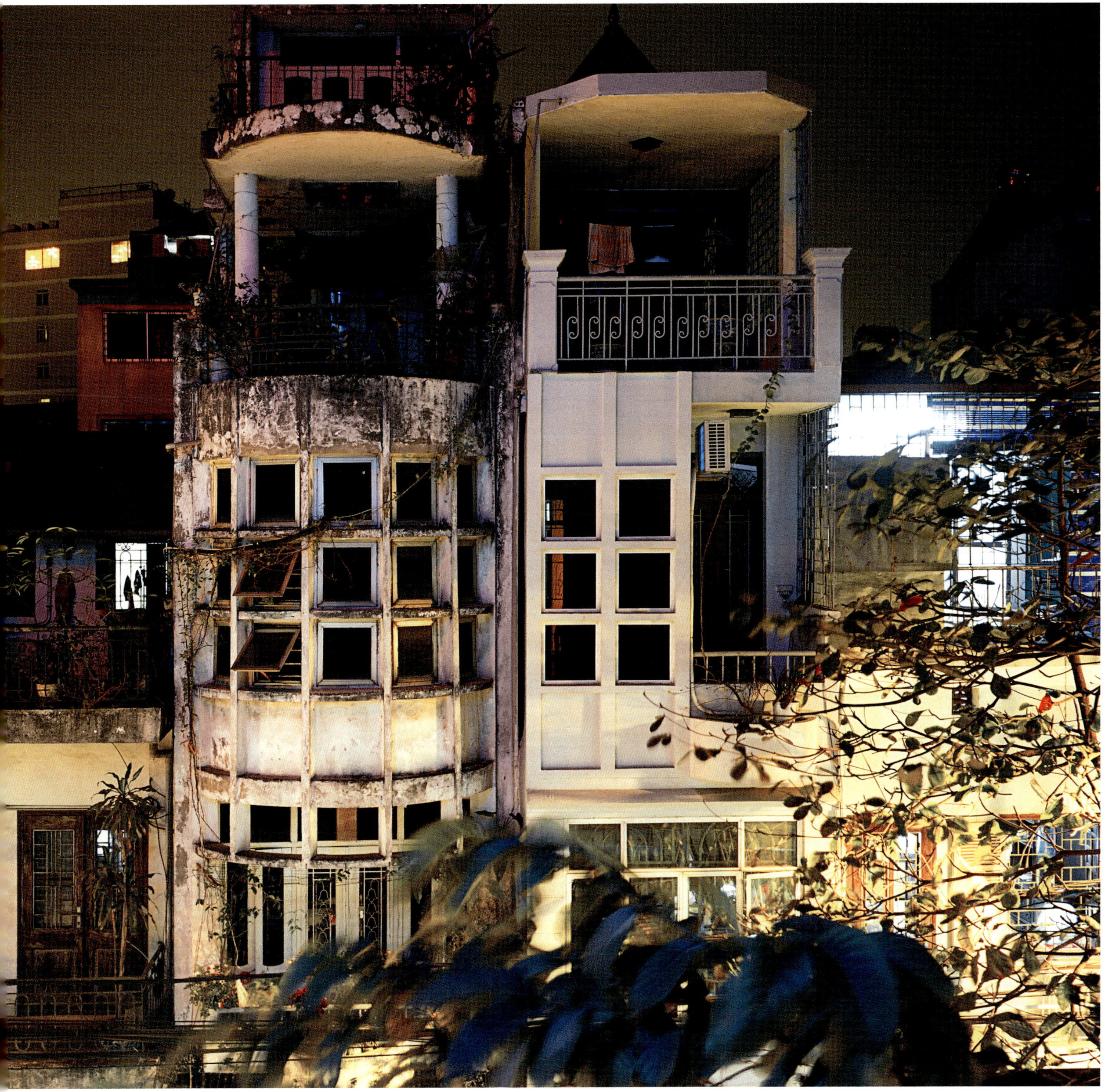

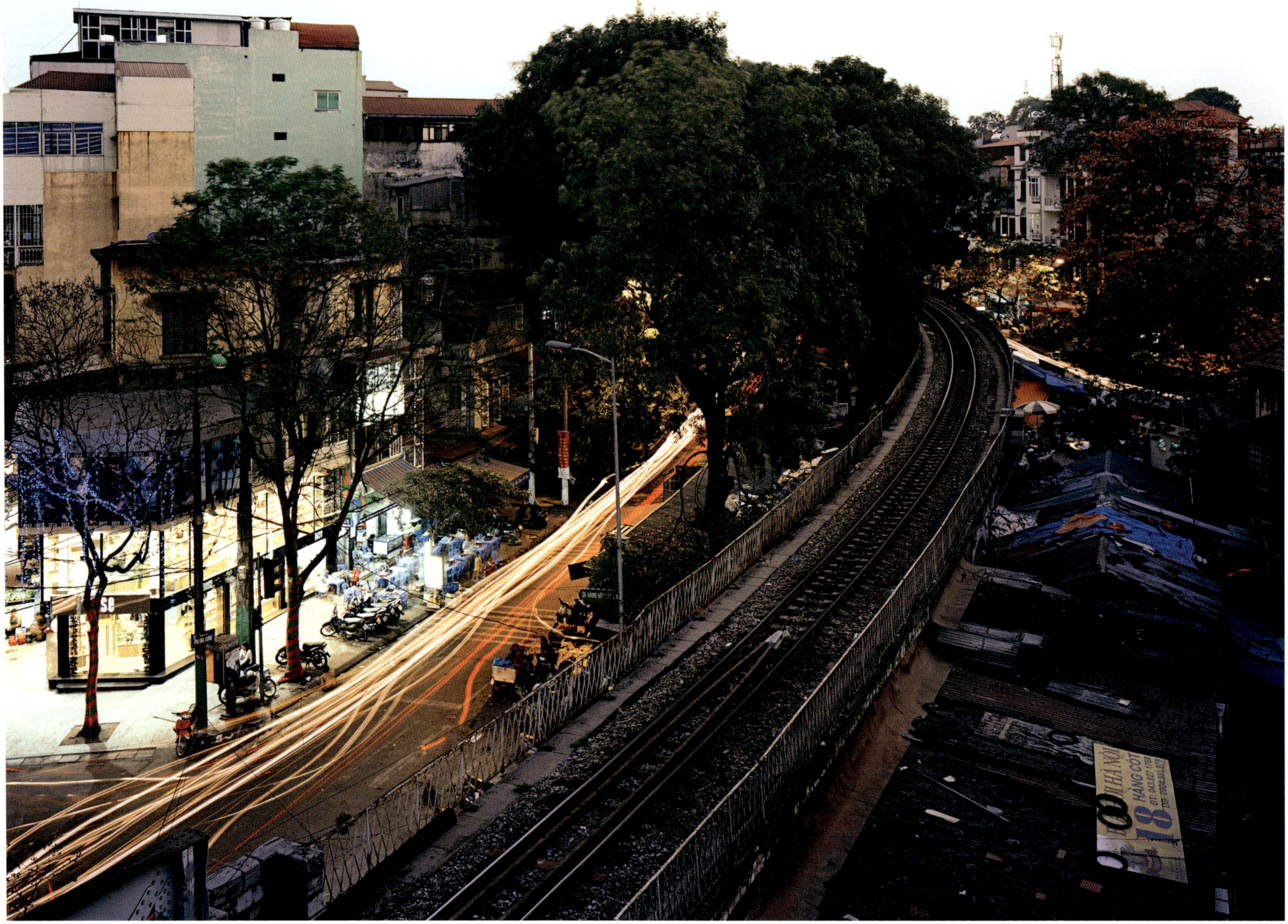

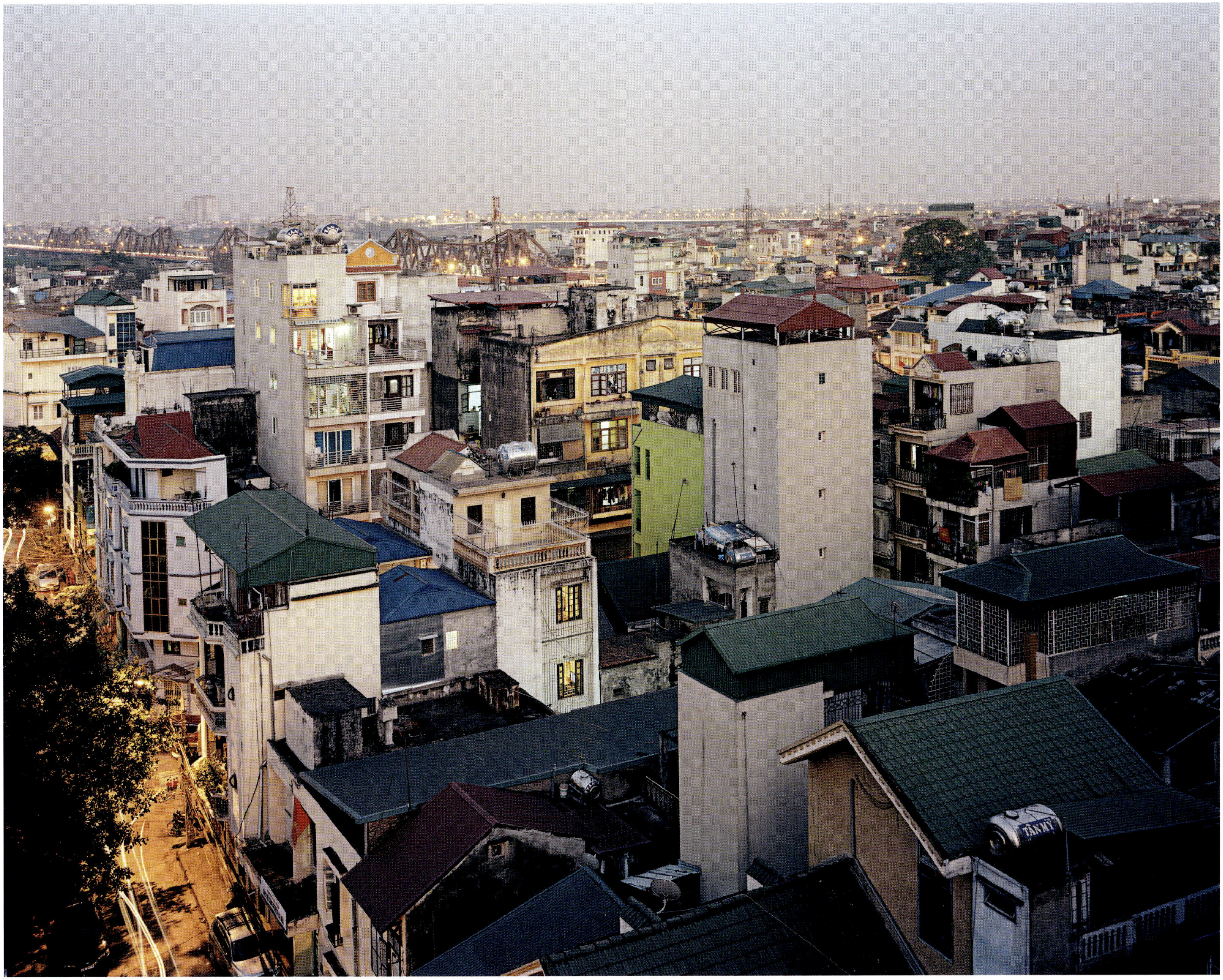

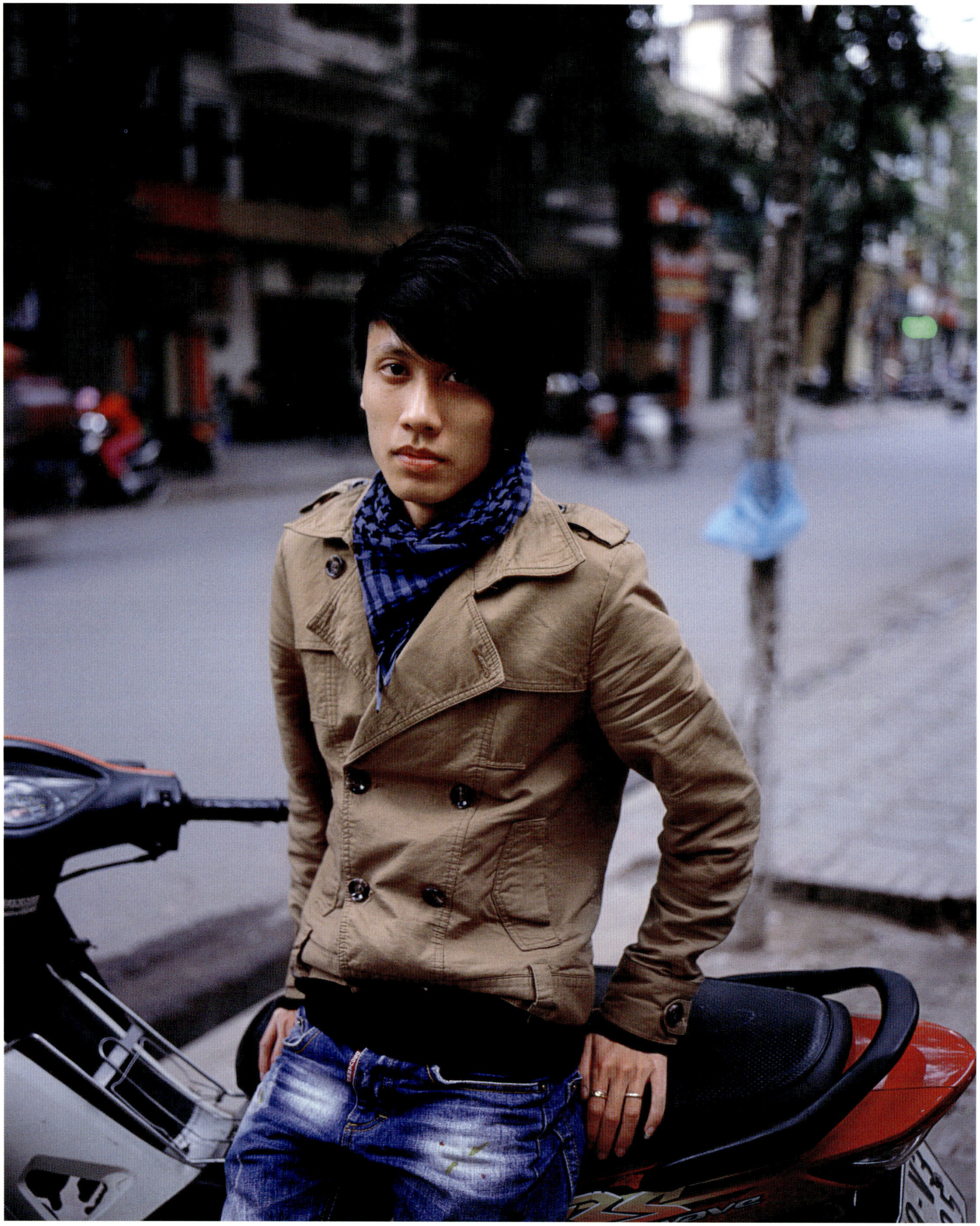

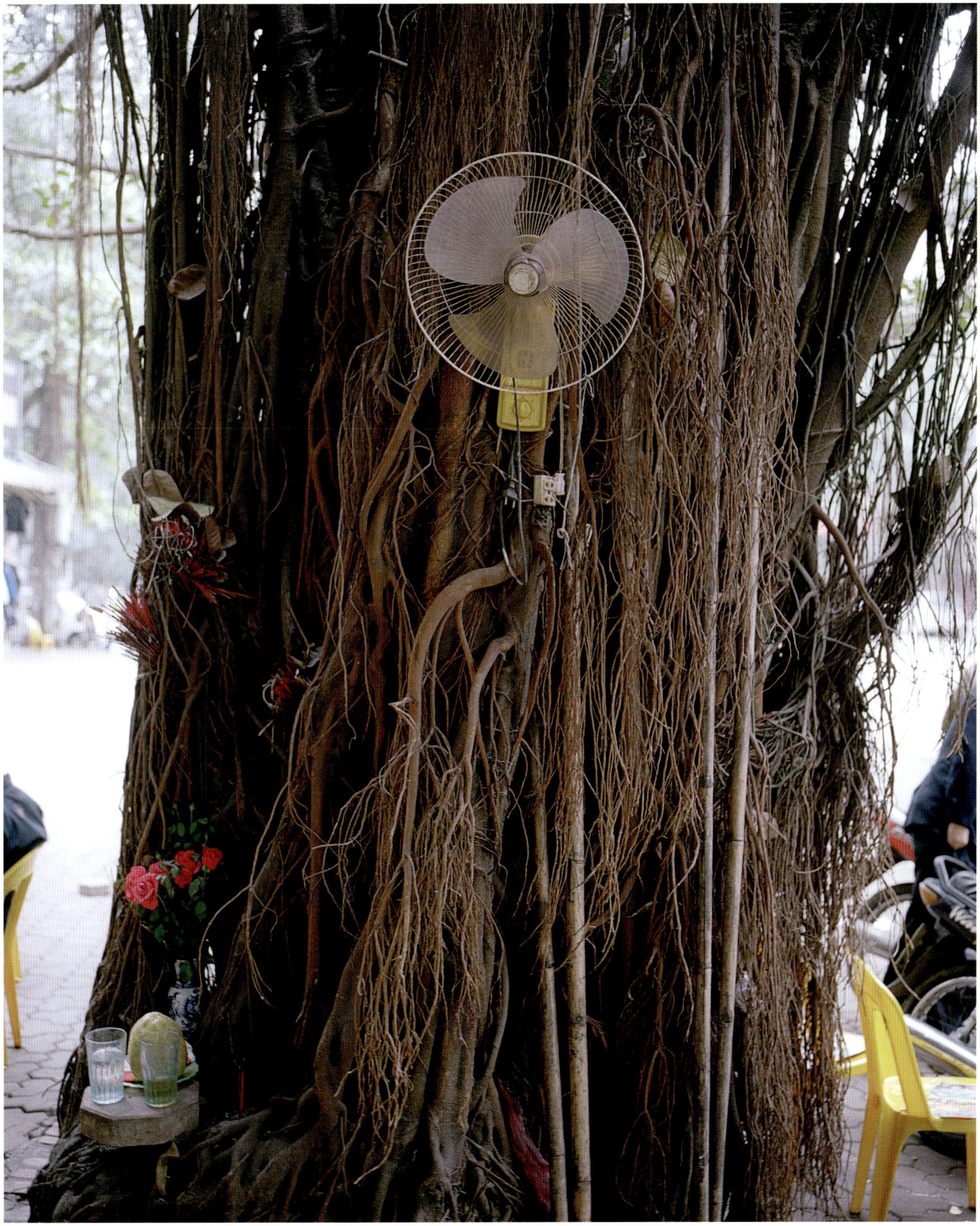

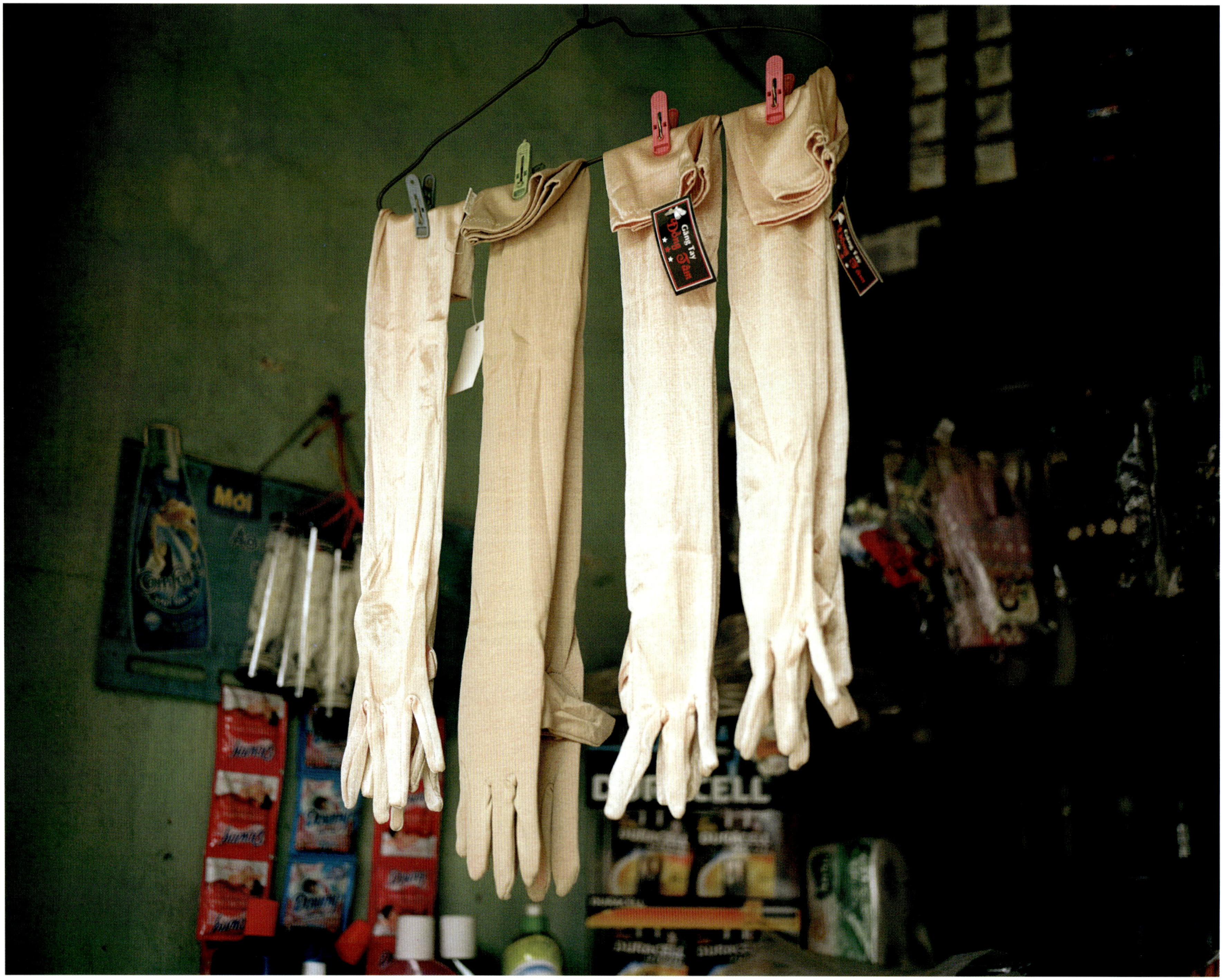
Găng Tay
Đông Tâm
Moi

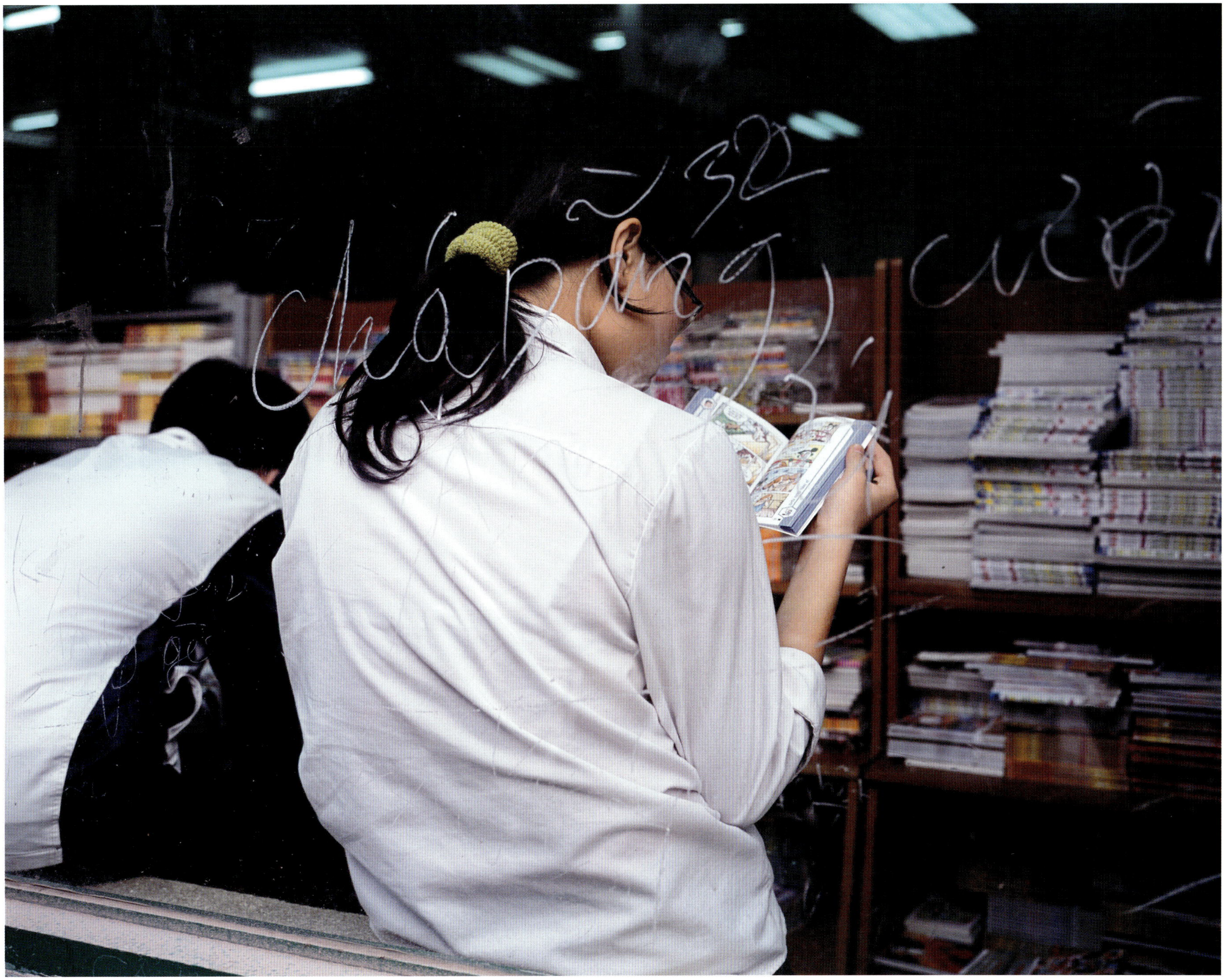

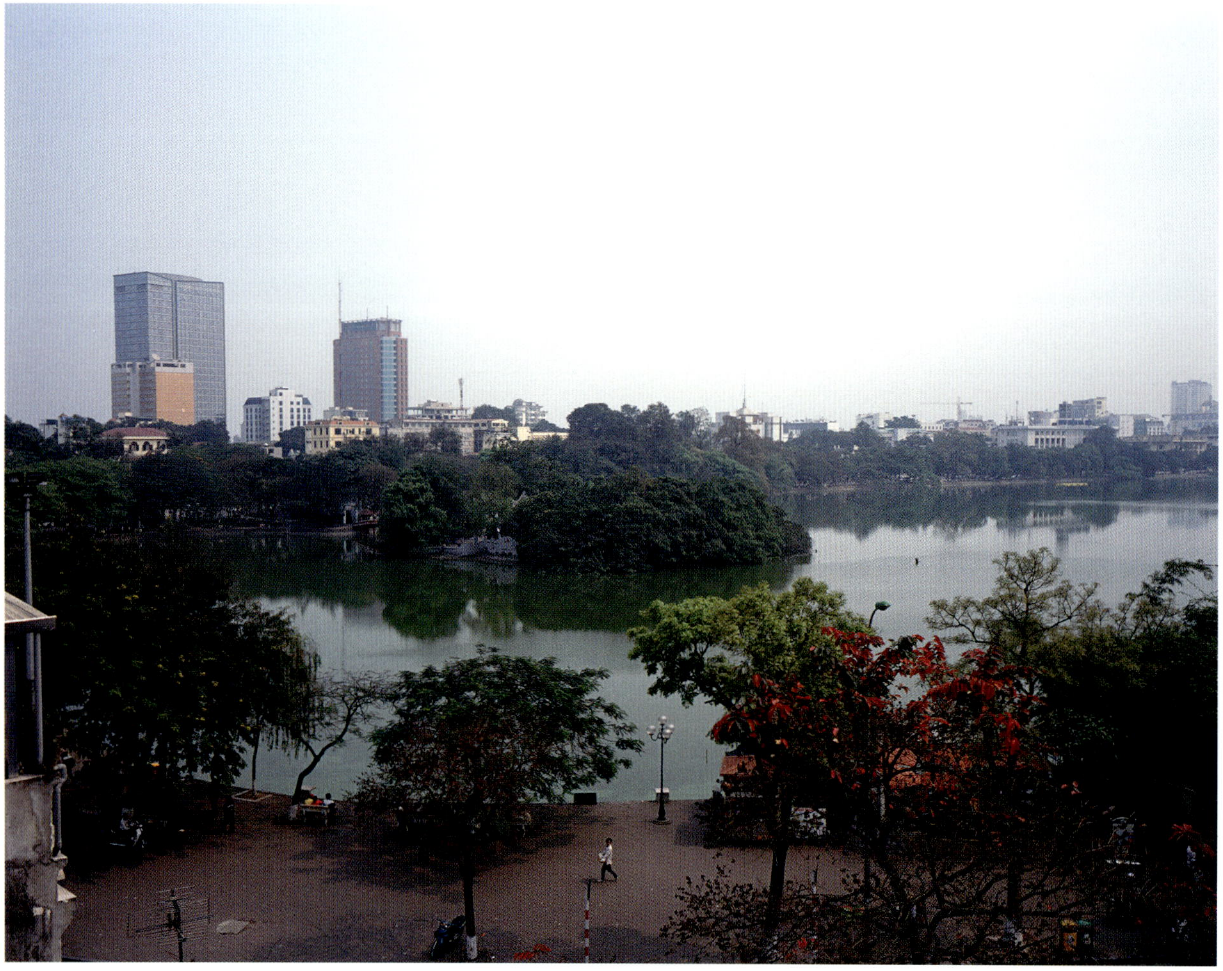

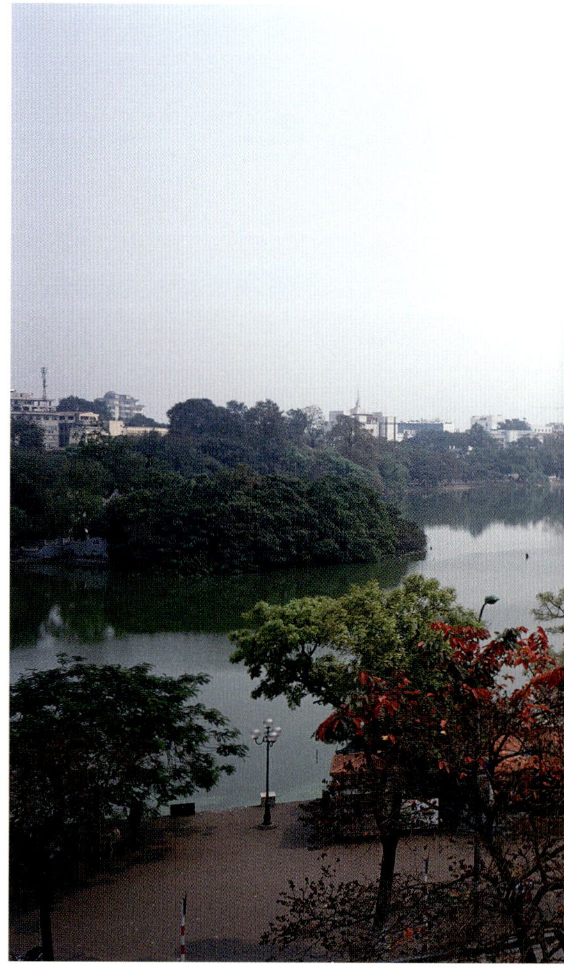

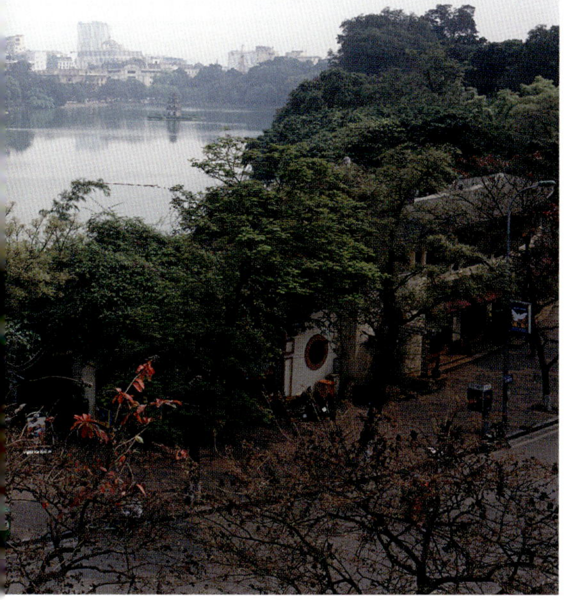

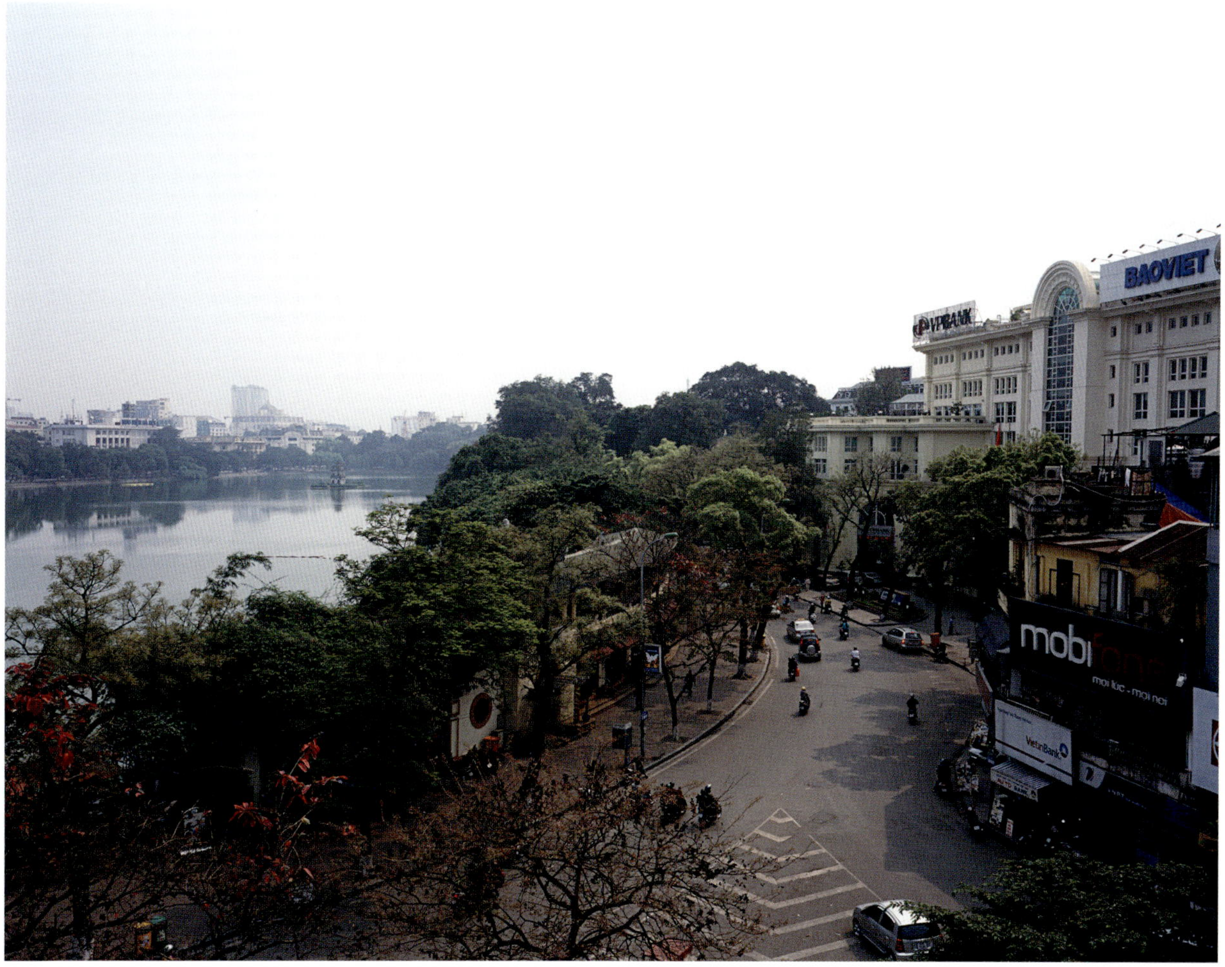
BAOVIET
VPBANK
mobi

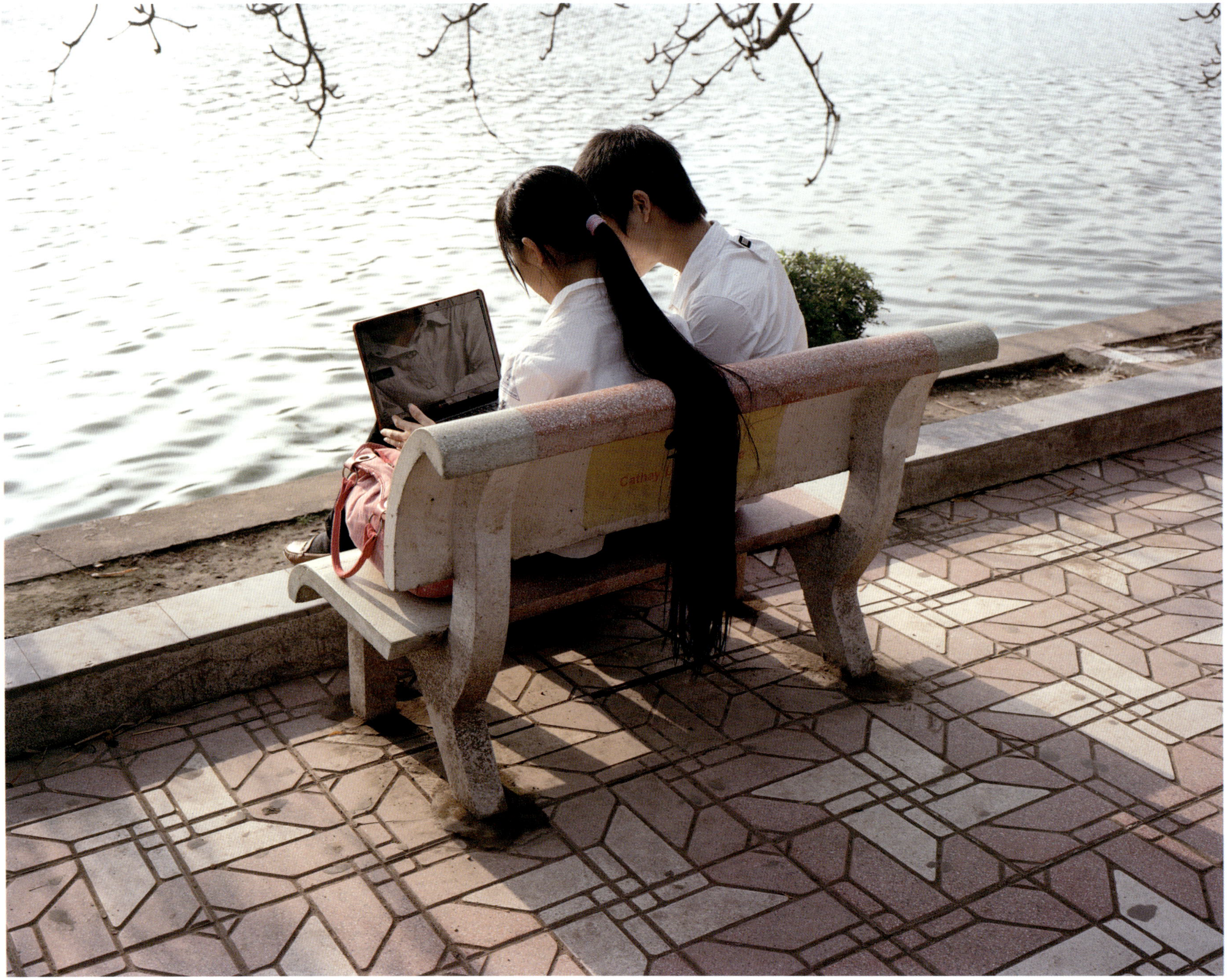
Cathay

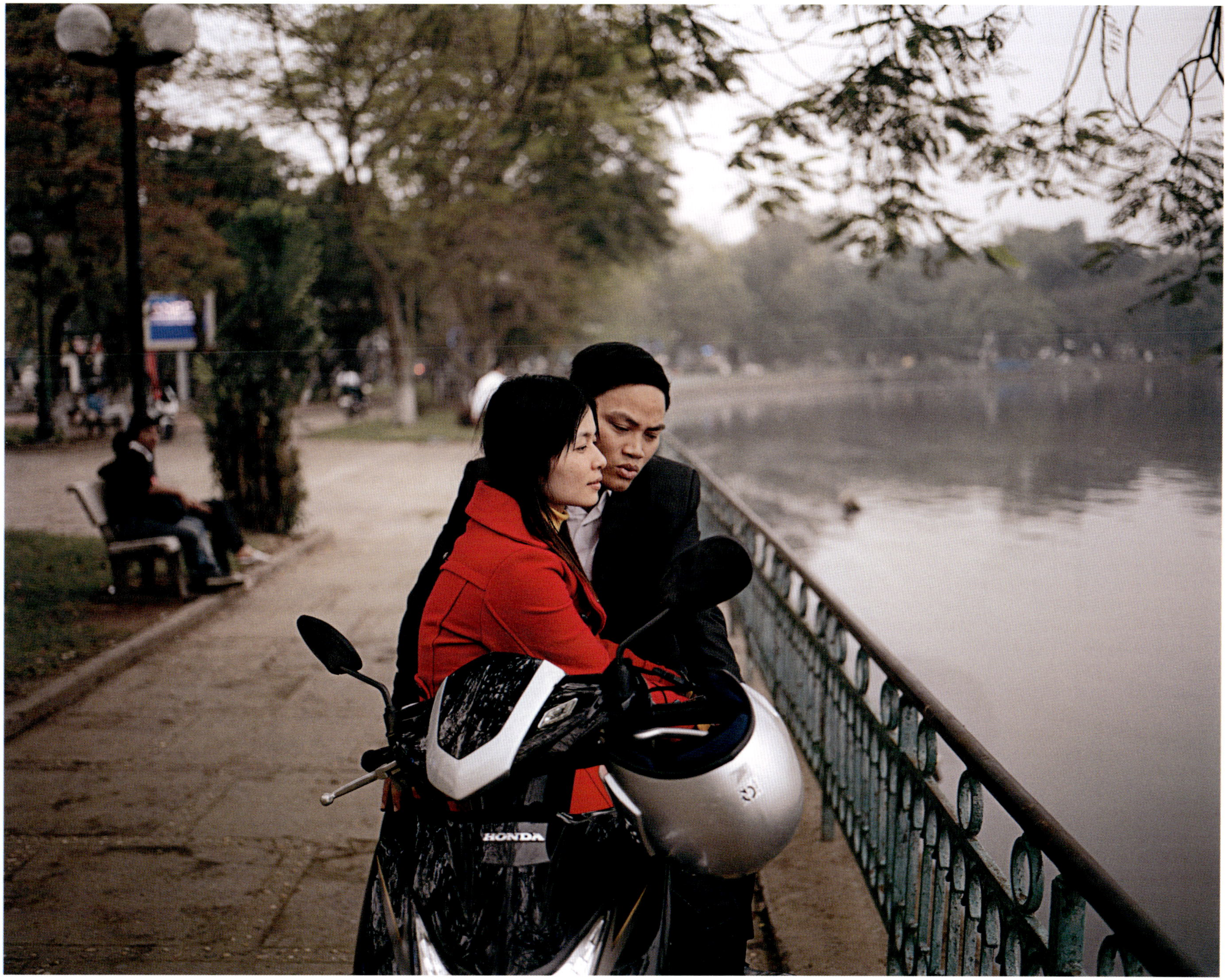
HONDA

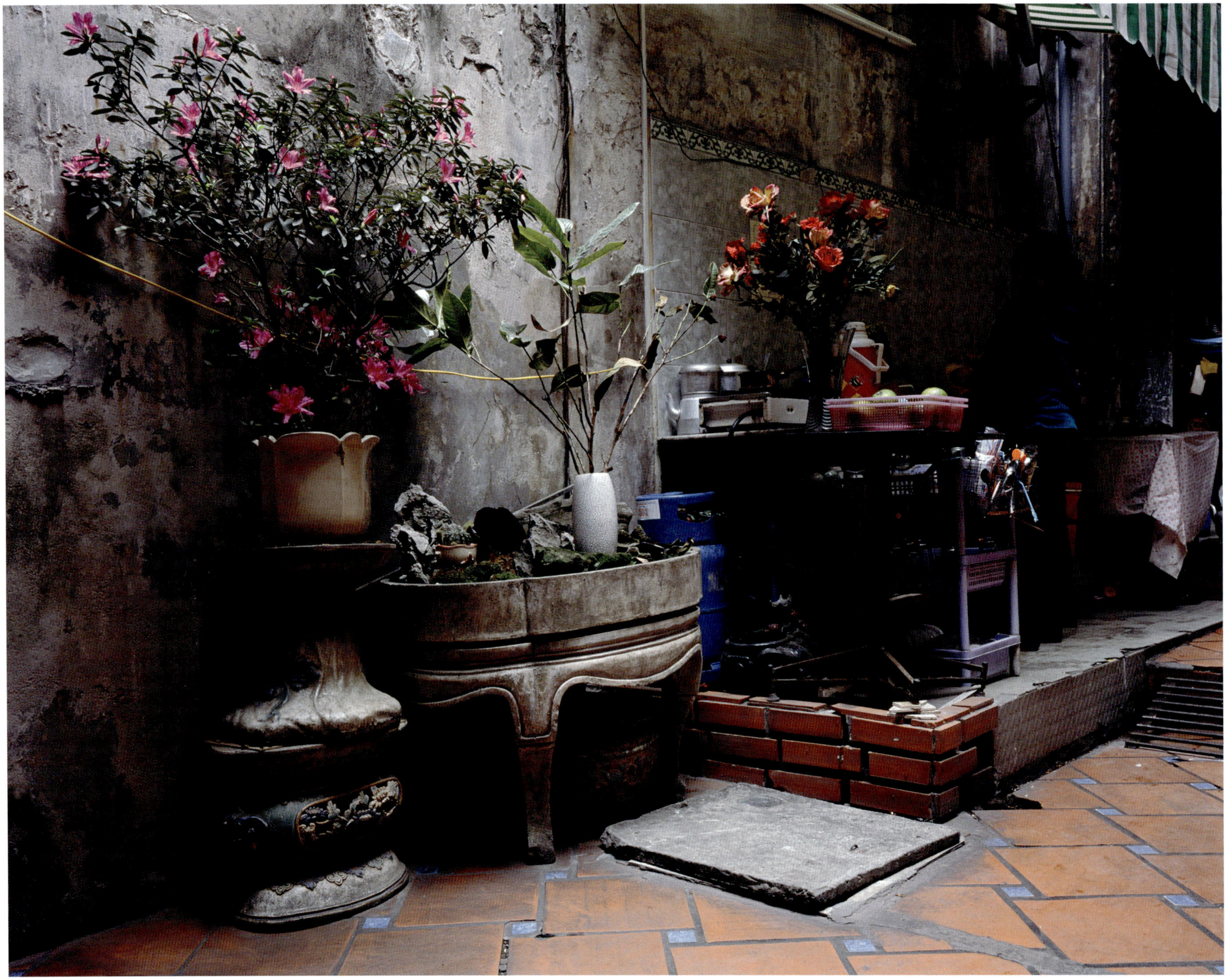

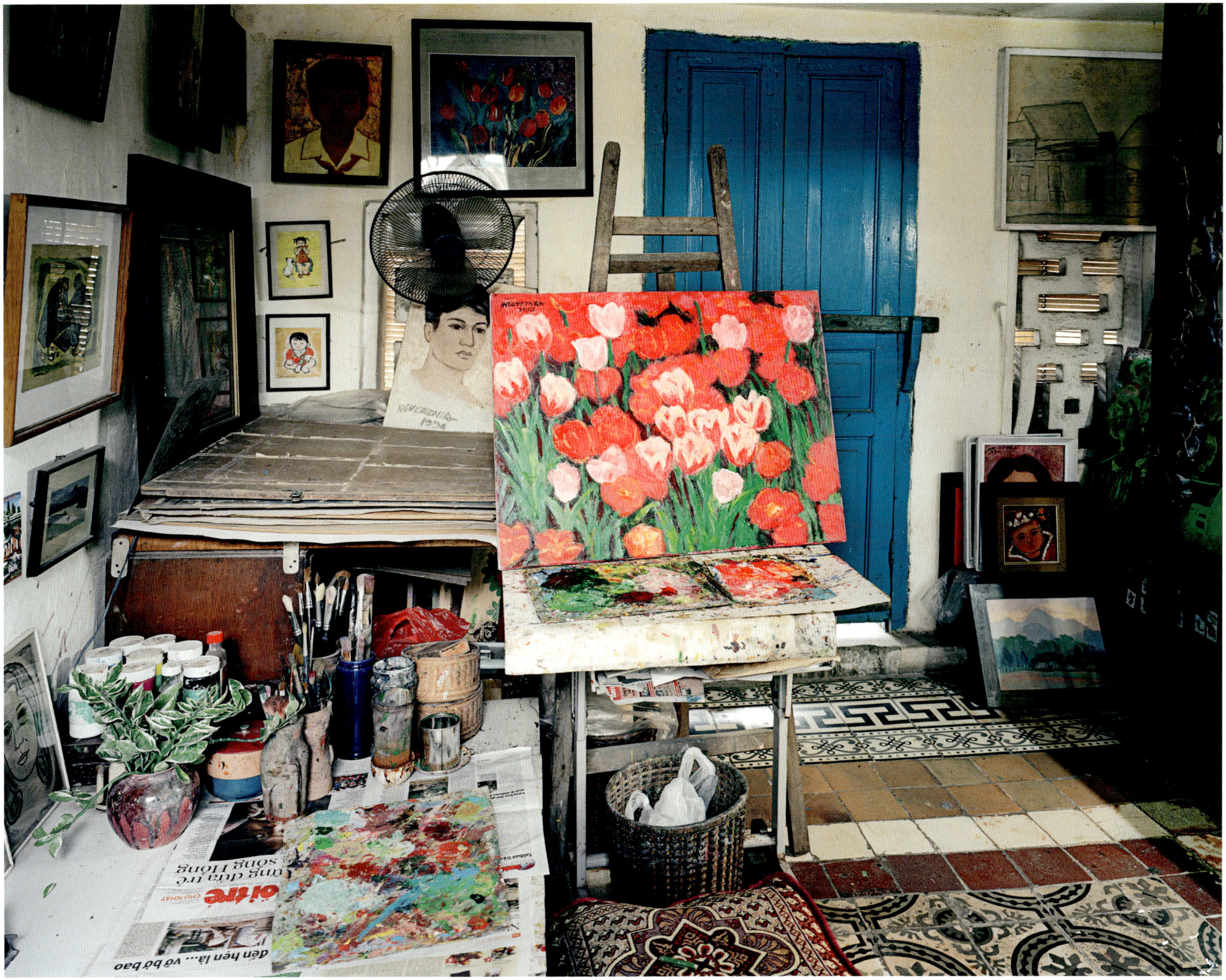
đến hẹn là... vỡ bờ bao

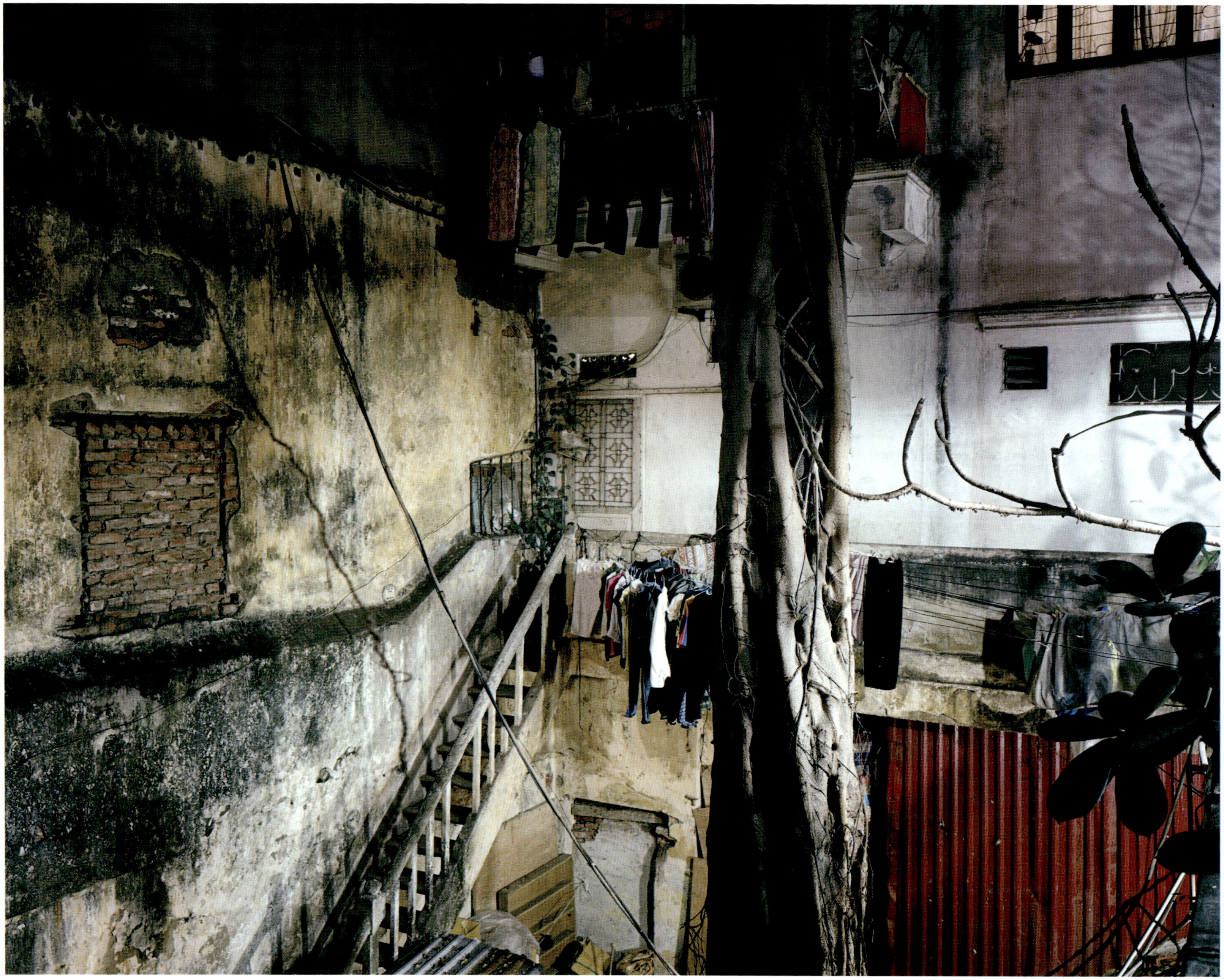

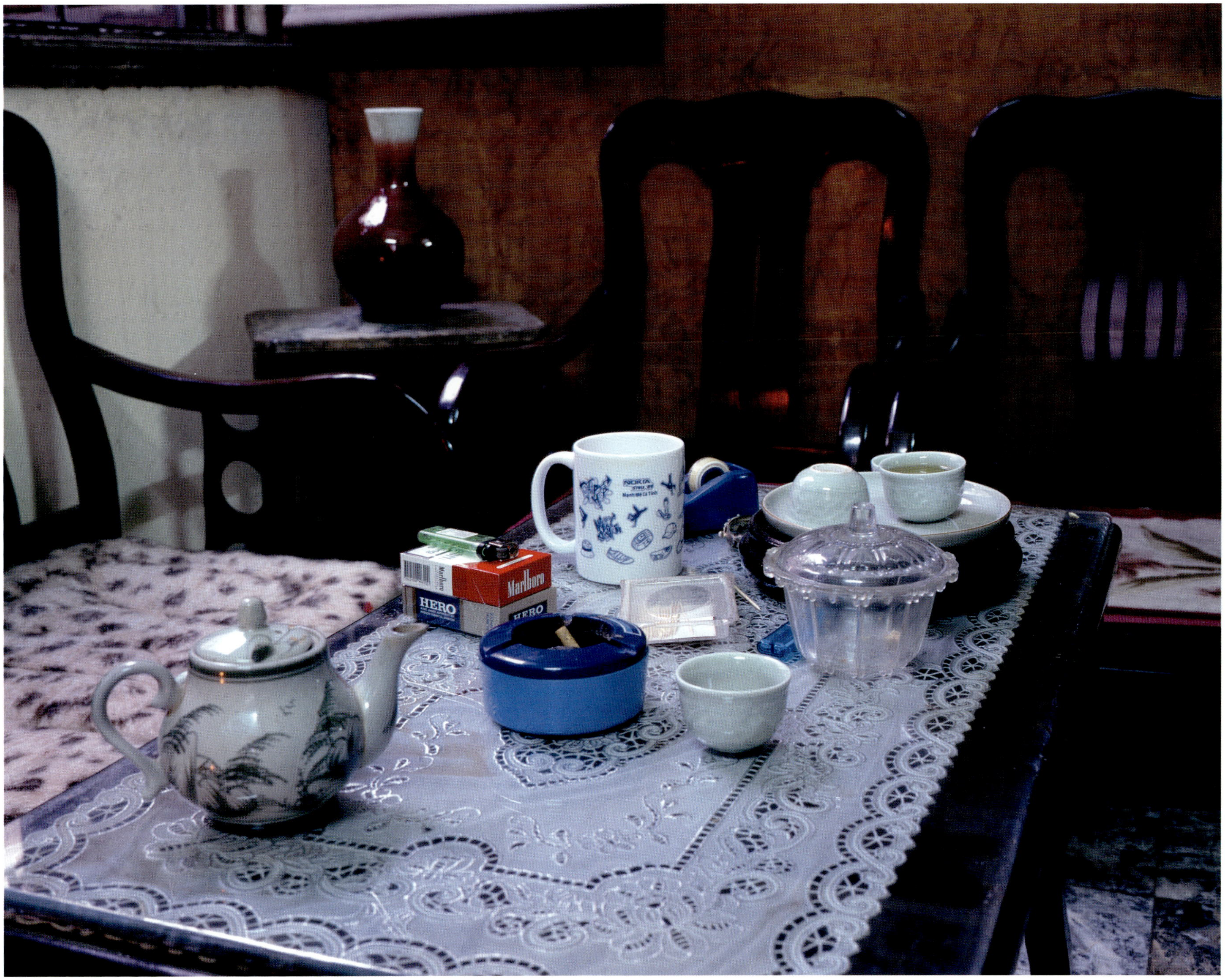
Marlboro
HERO
HERO

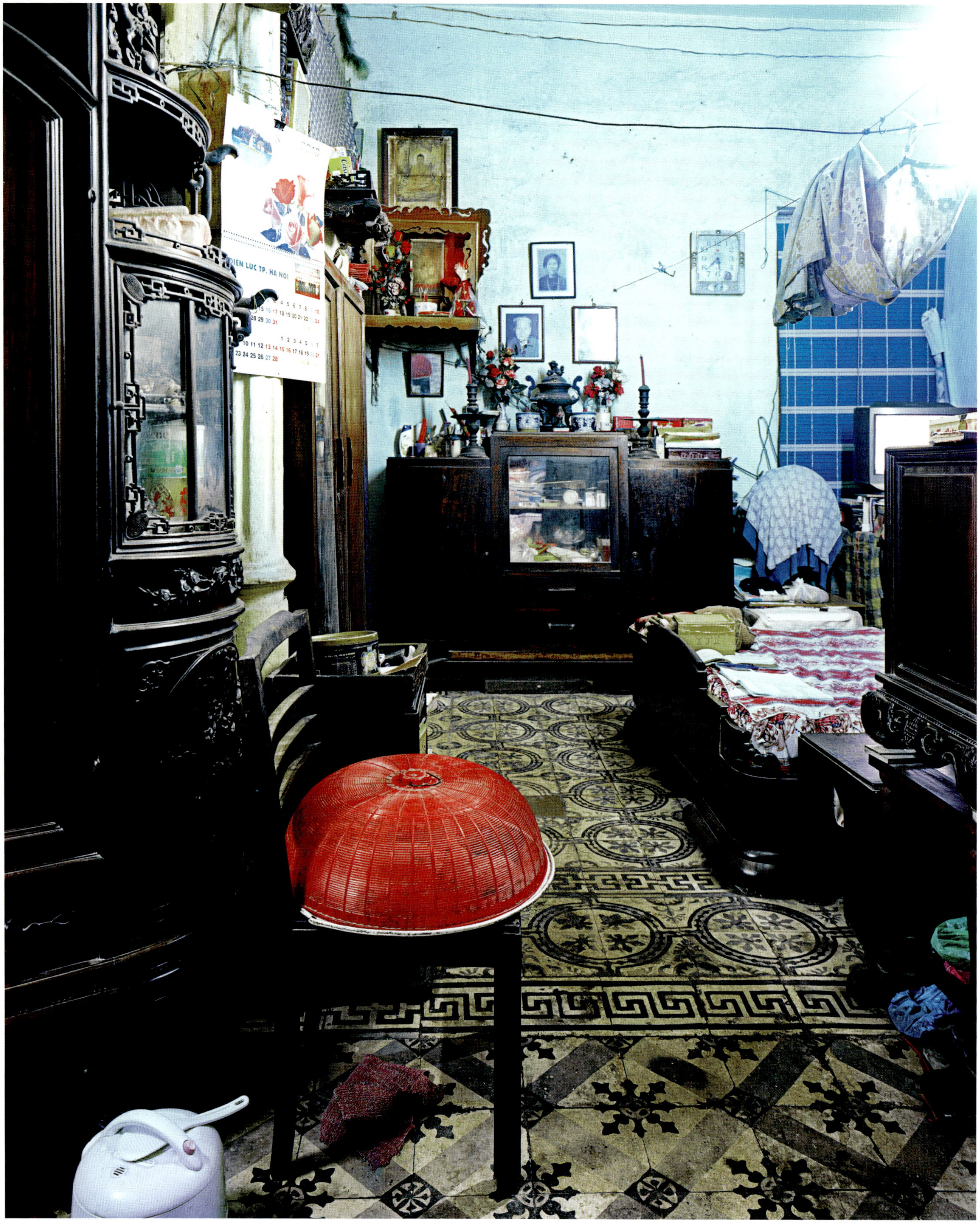

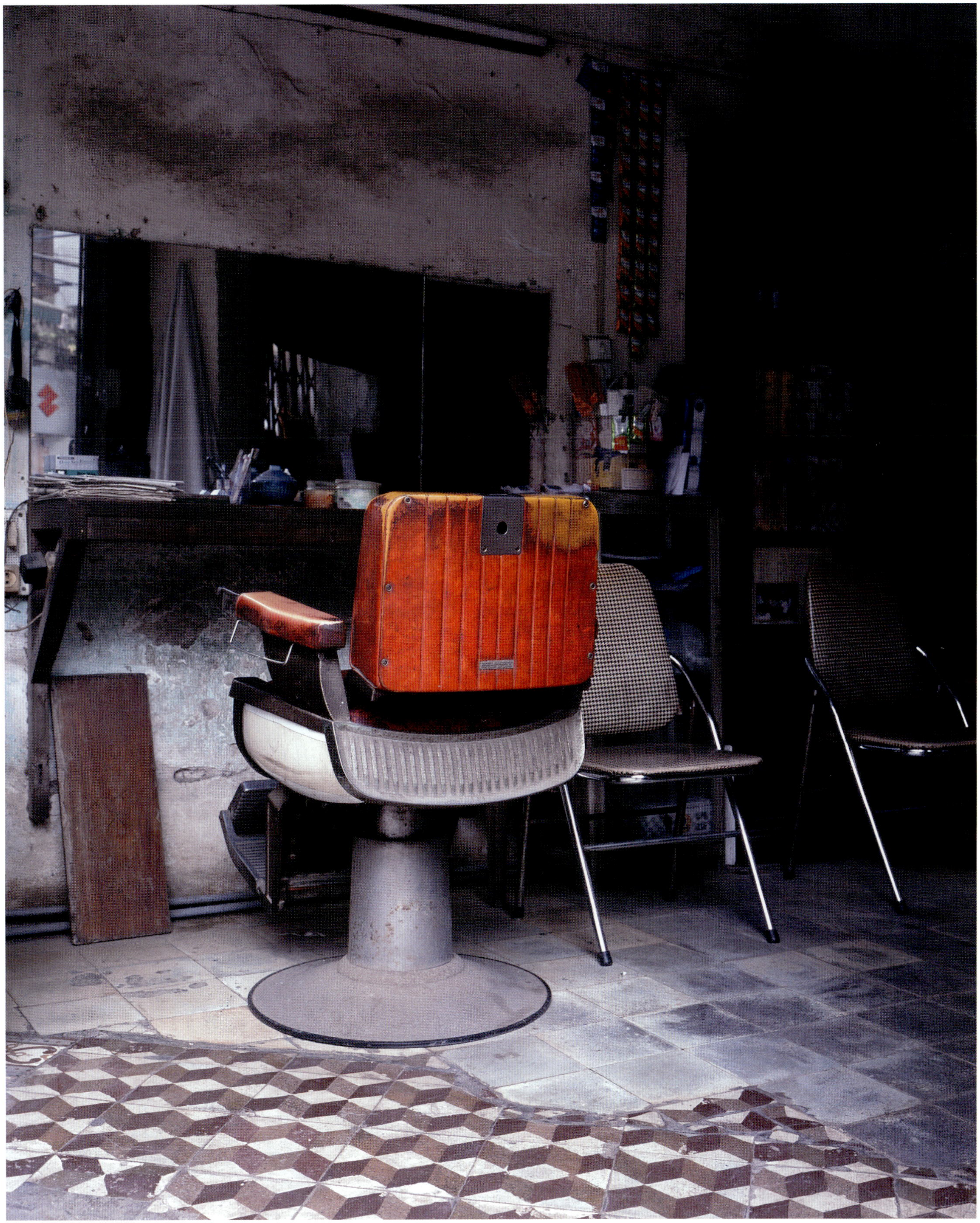

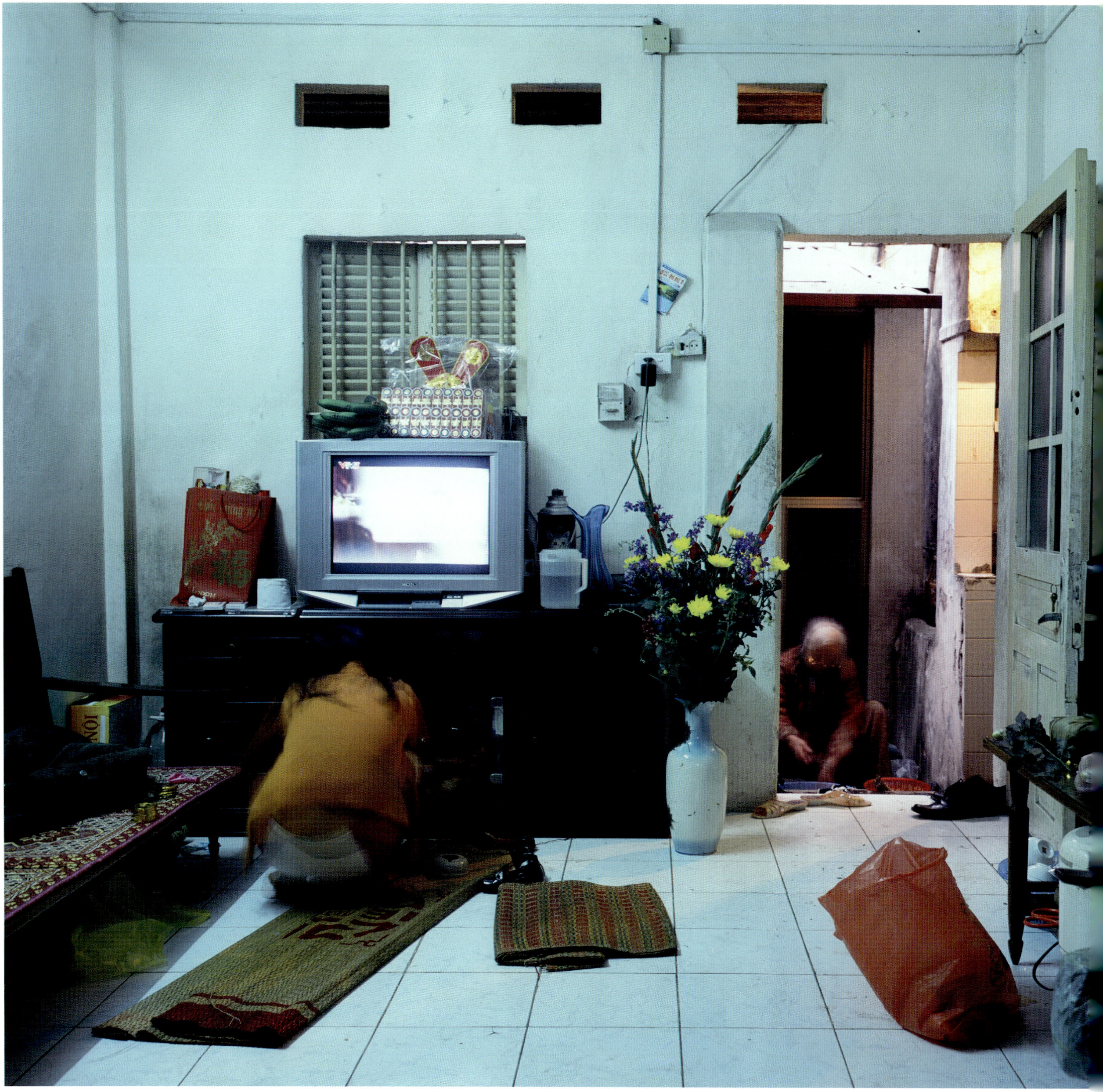

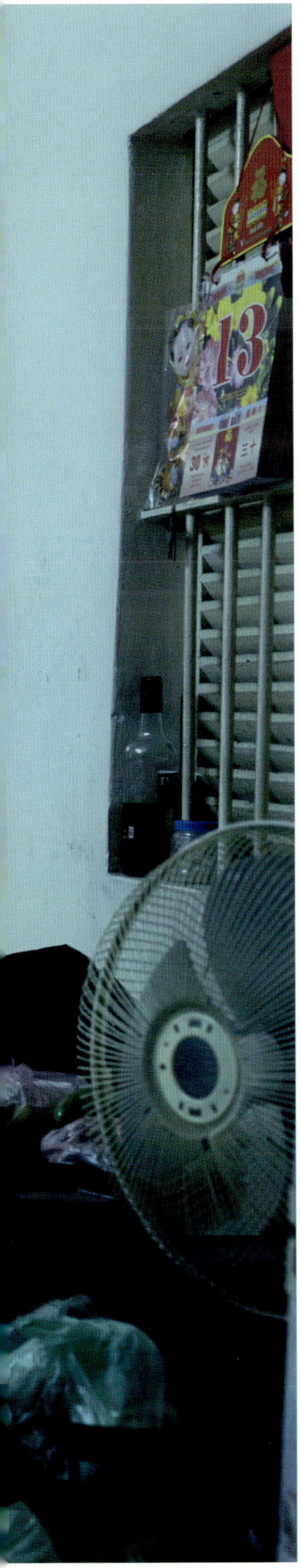

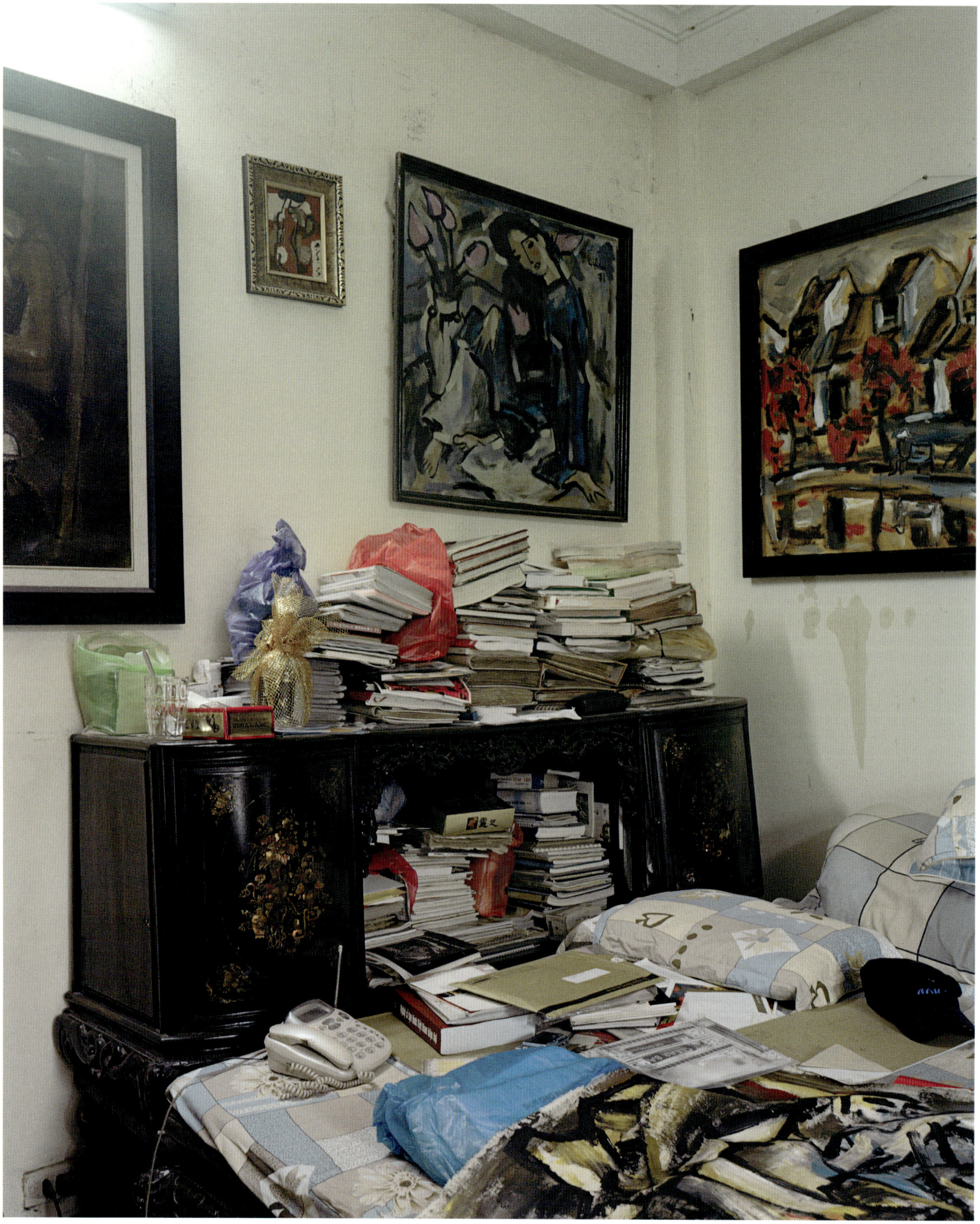

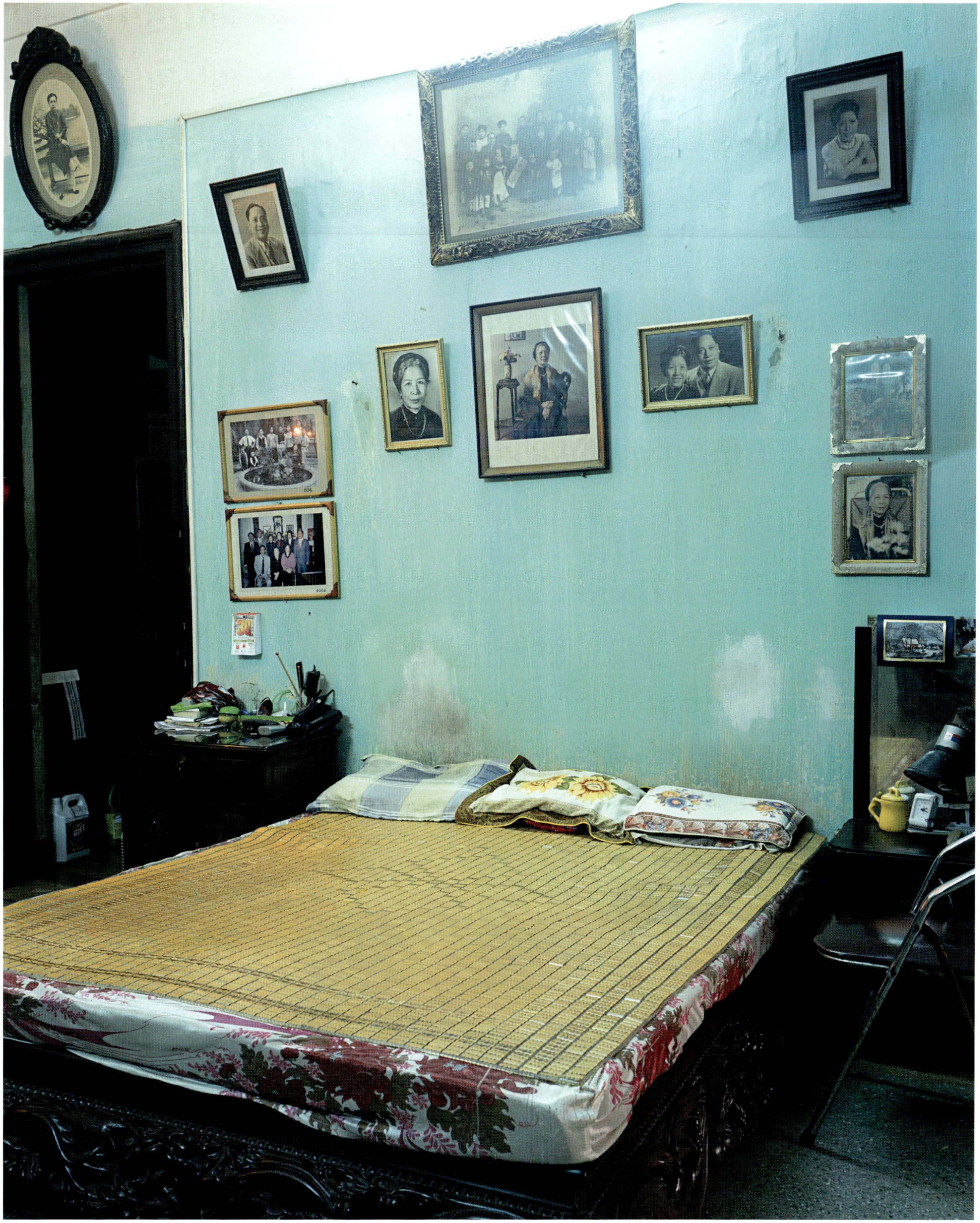

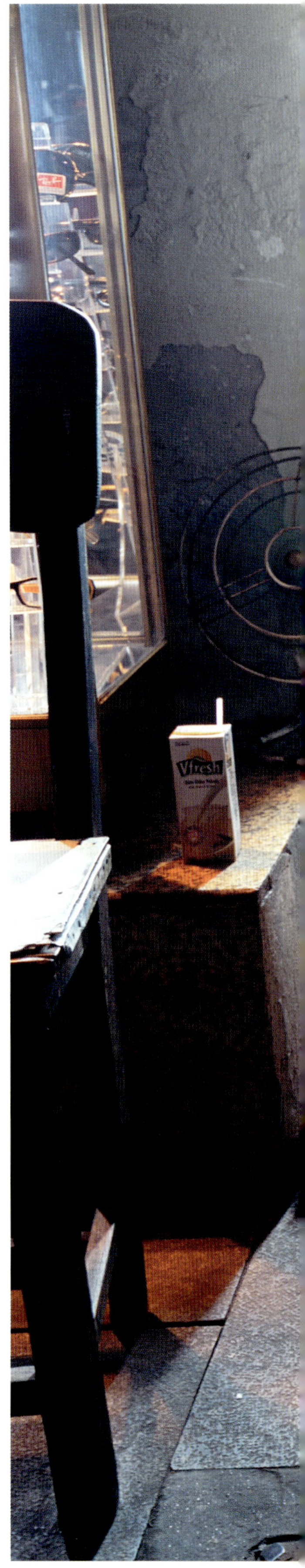

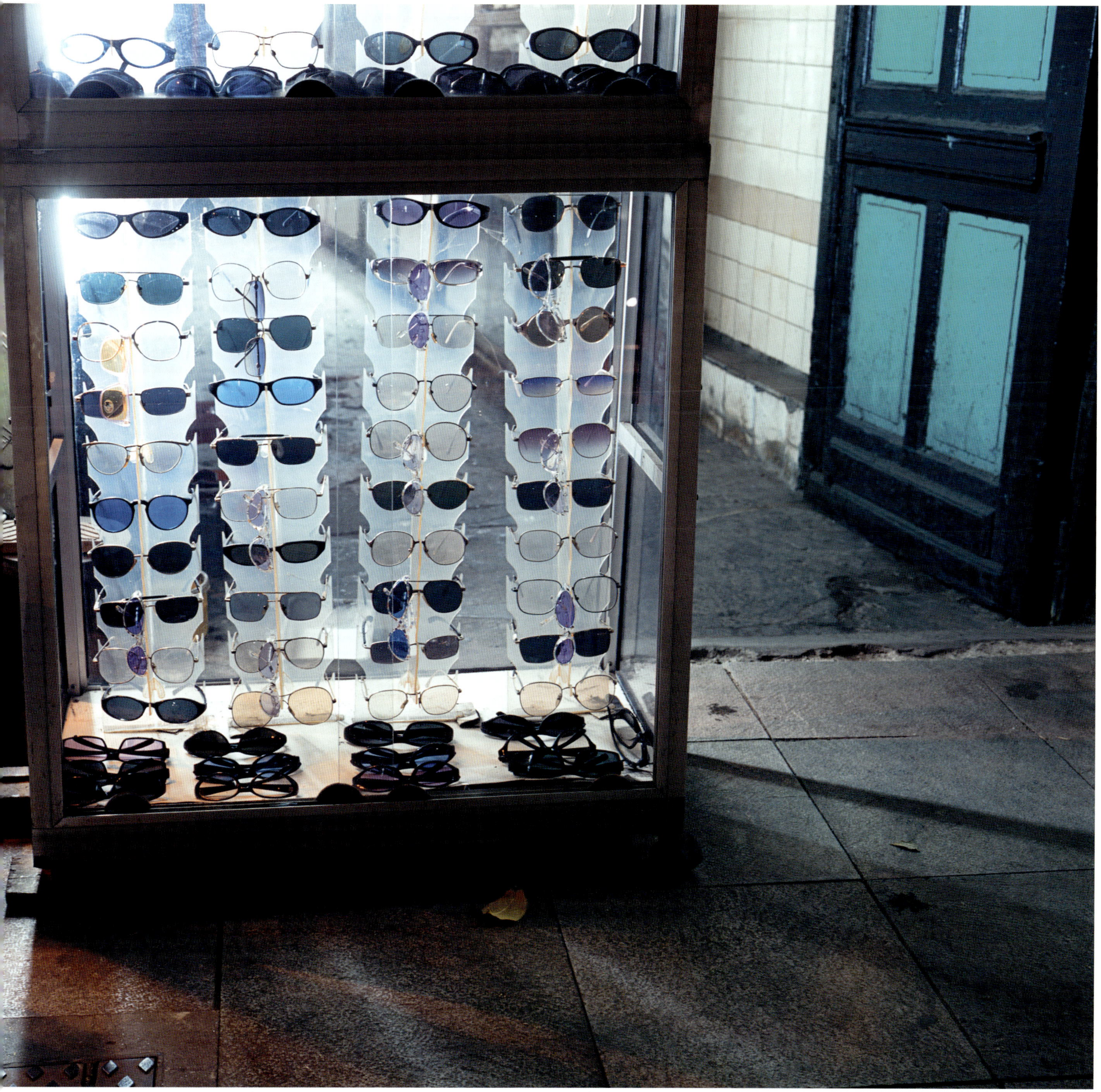

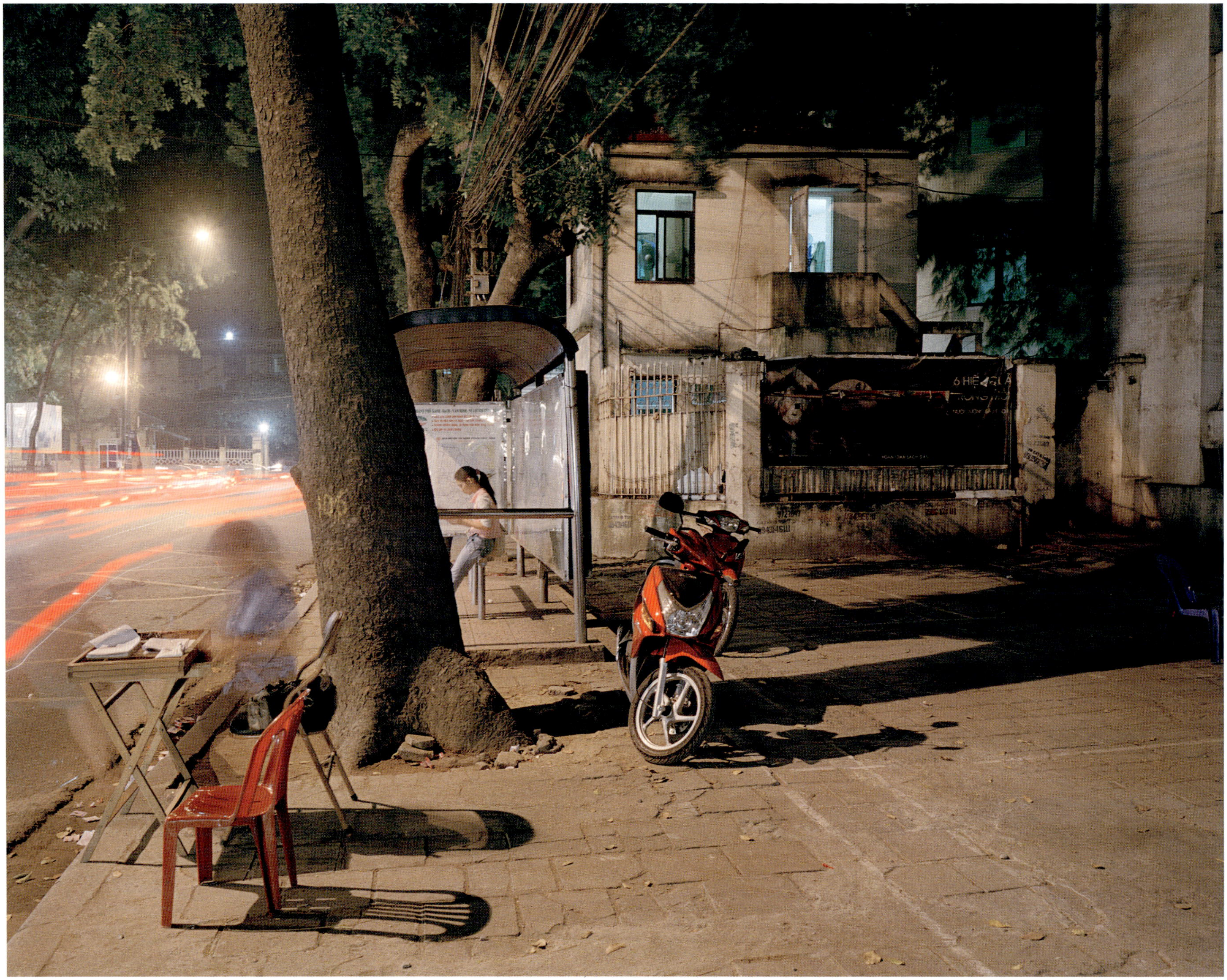

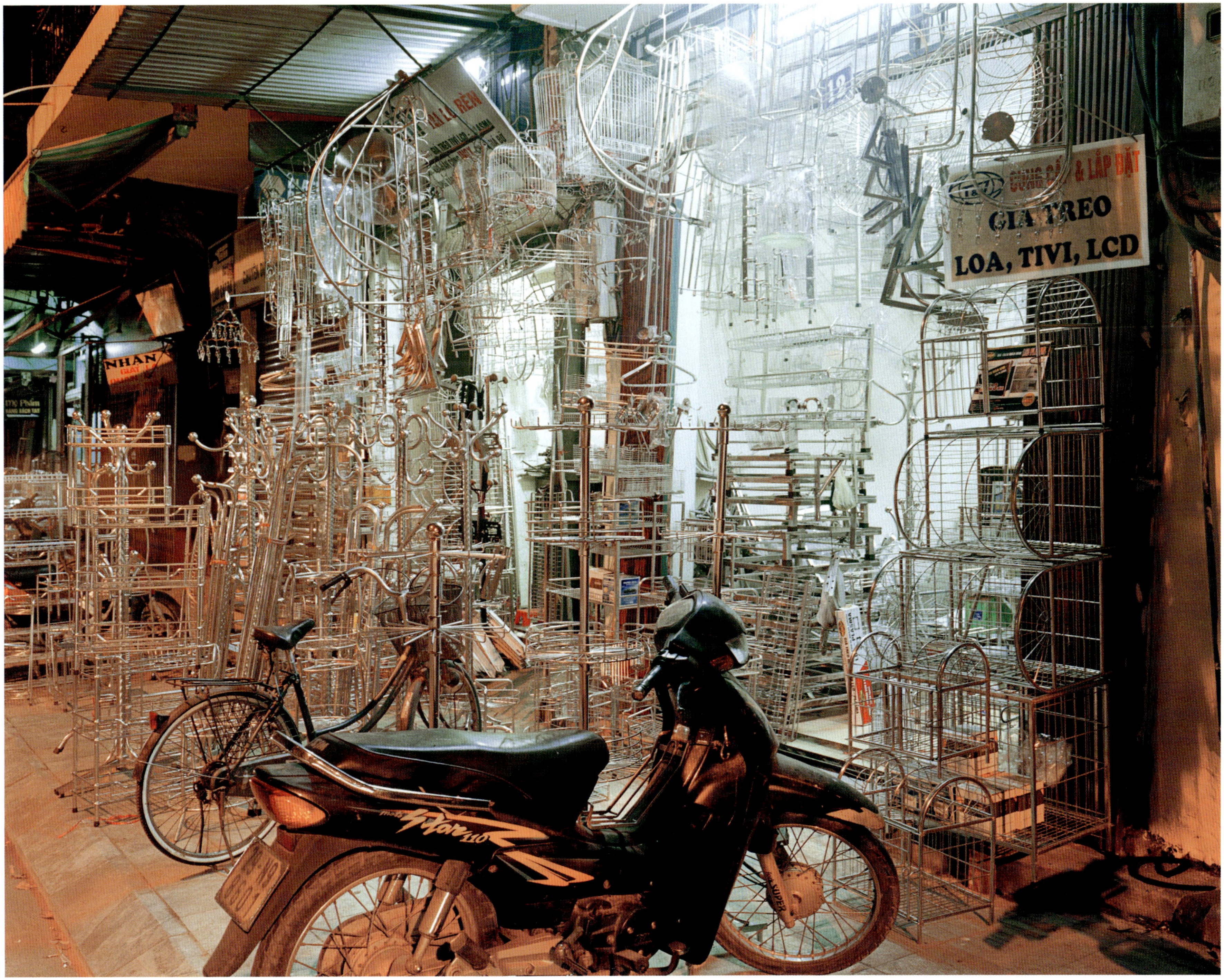
& LẮP ĐẶT
GIA TREO
LOA, TIVI, LCD

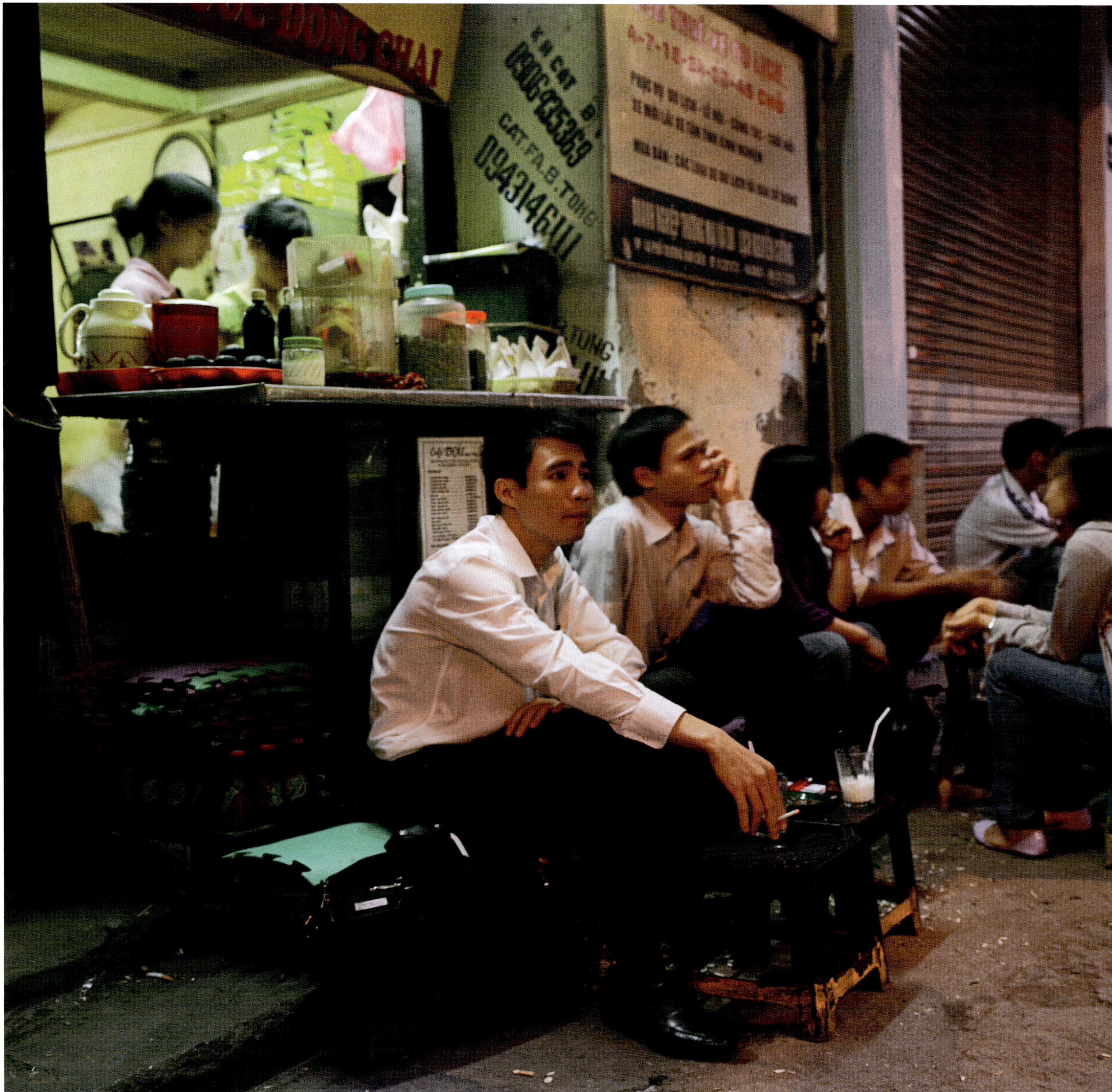
DONG CHAI
0906-935369
CAT.FA.B.TONG

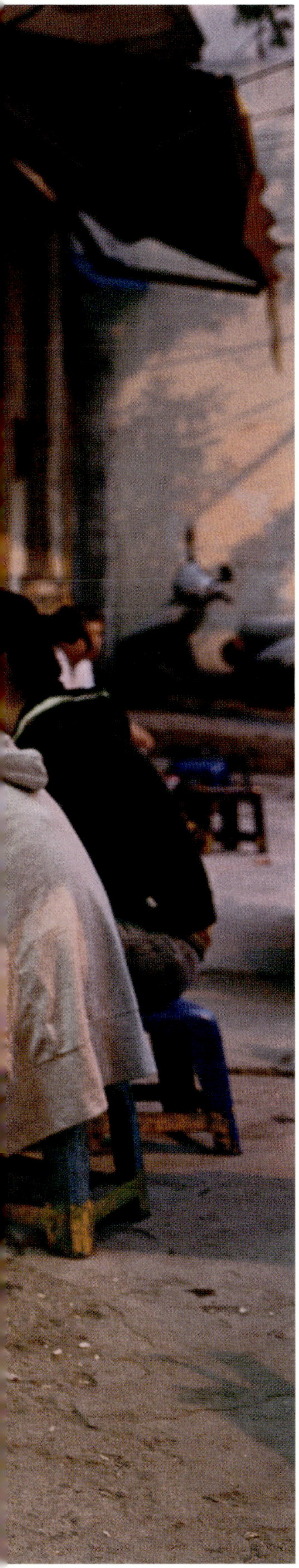

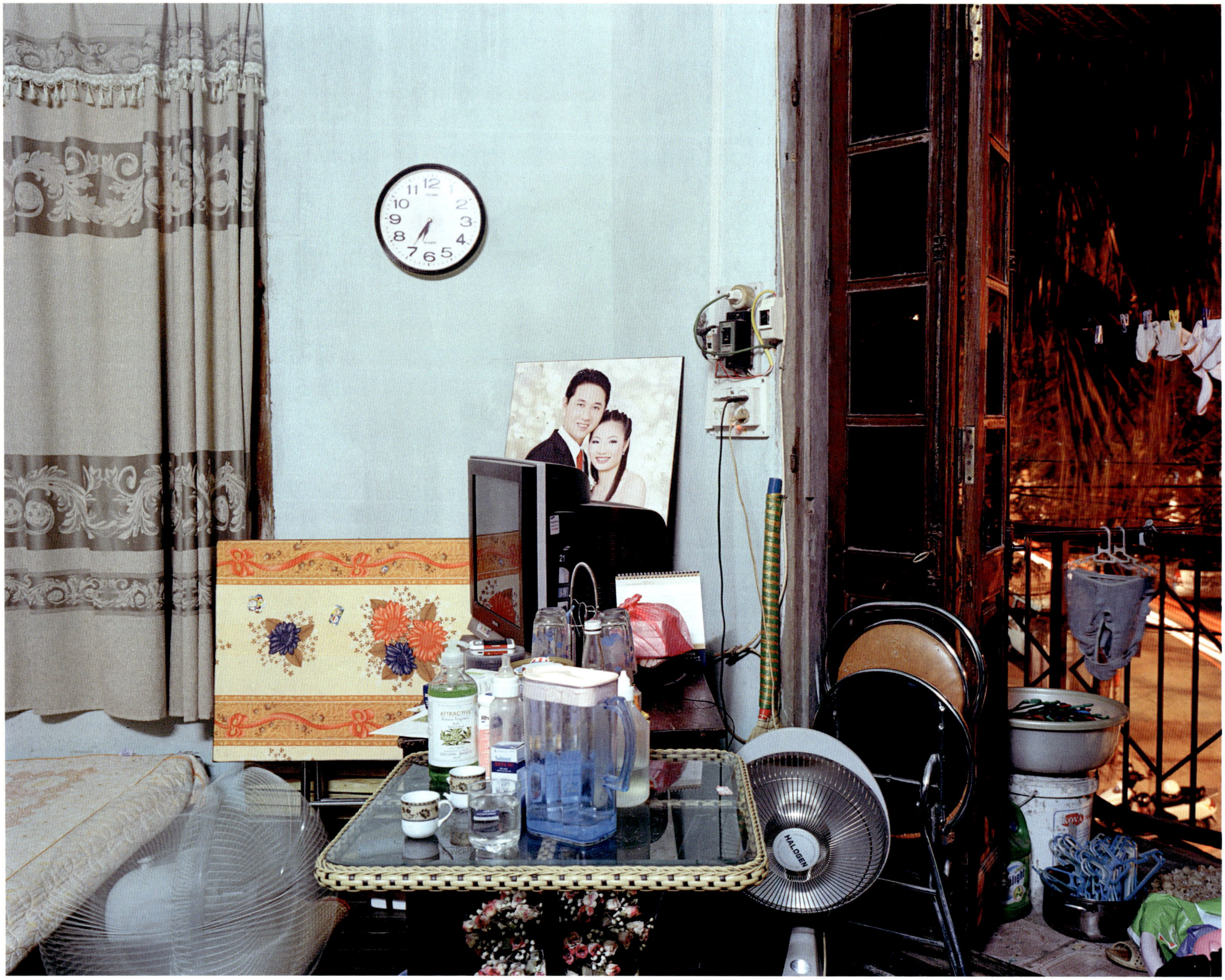

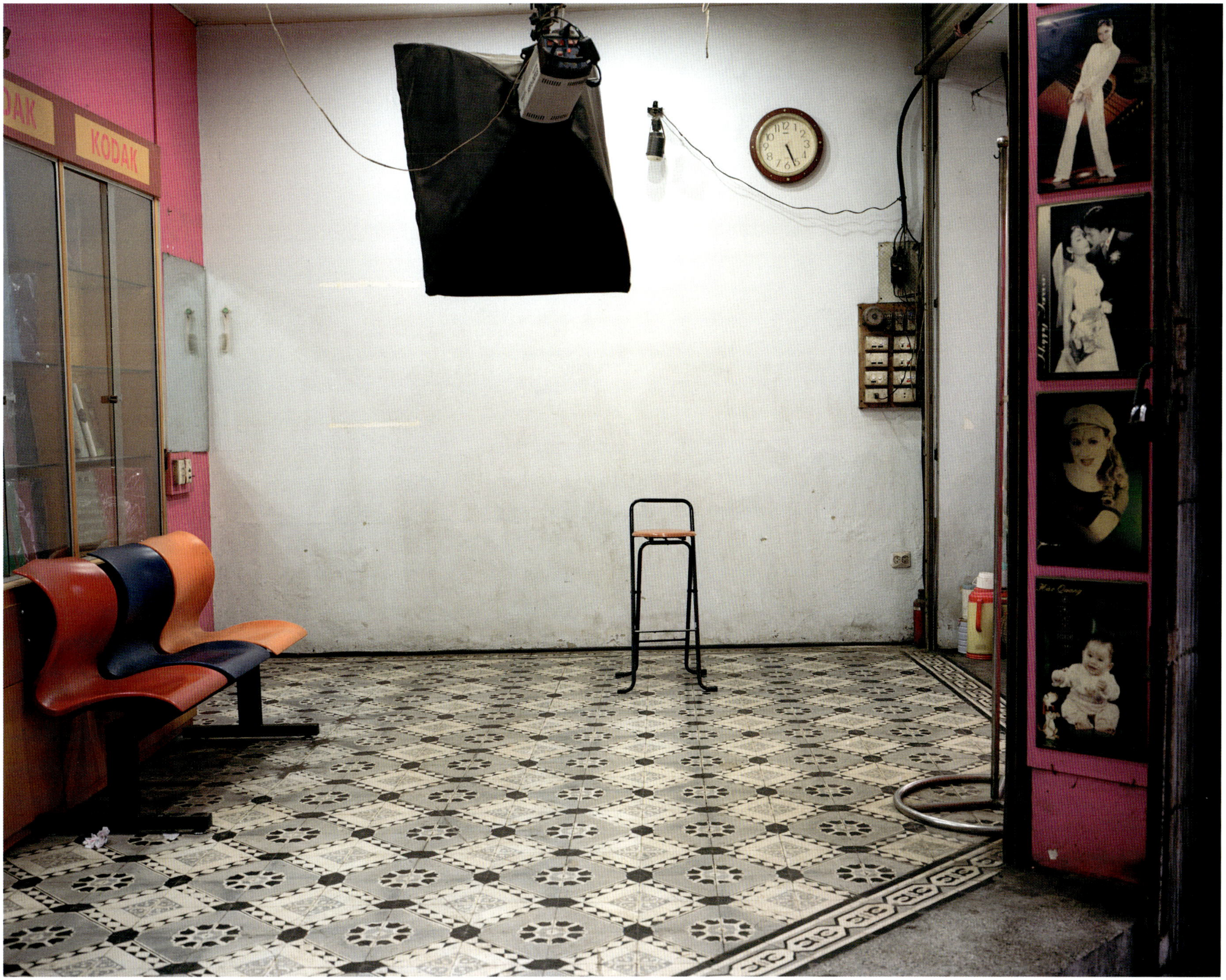
DAK
KODAK

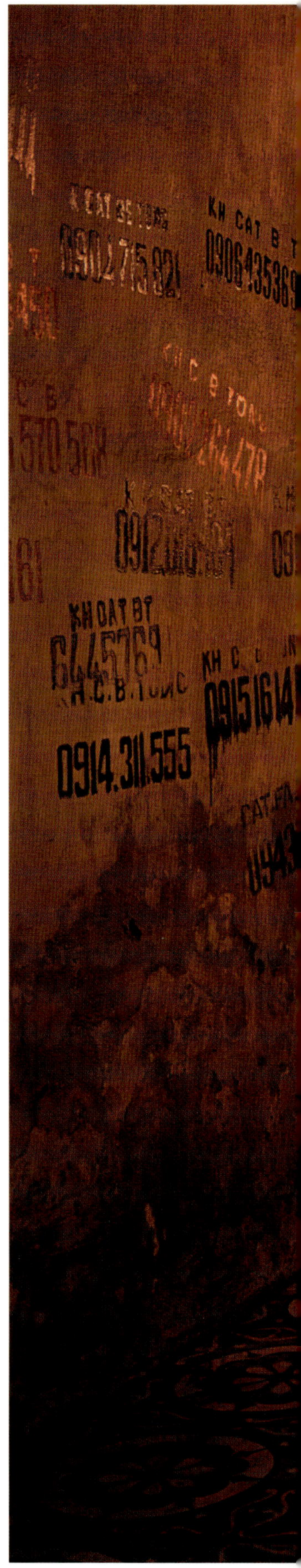
KH CAT B T
0914.311.555

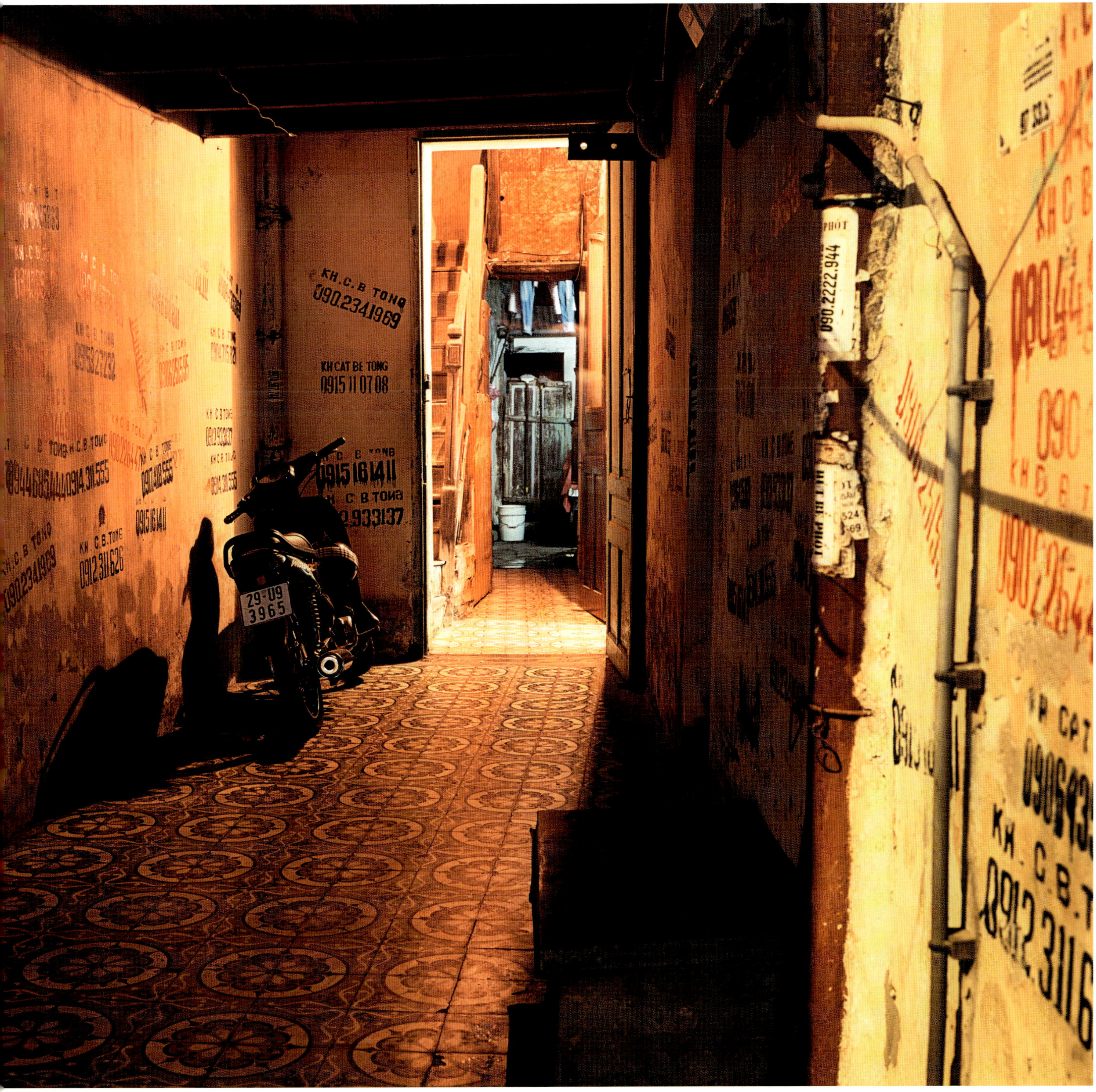
KH.C.B TONG
090.2341969
KH CAT BE TONG
0915 11 07 08
29-U9
3965
090.2222.944

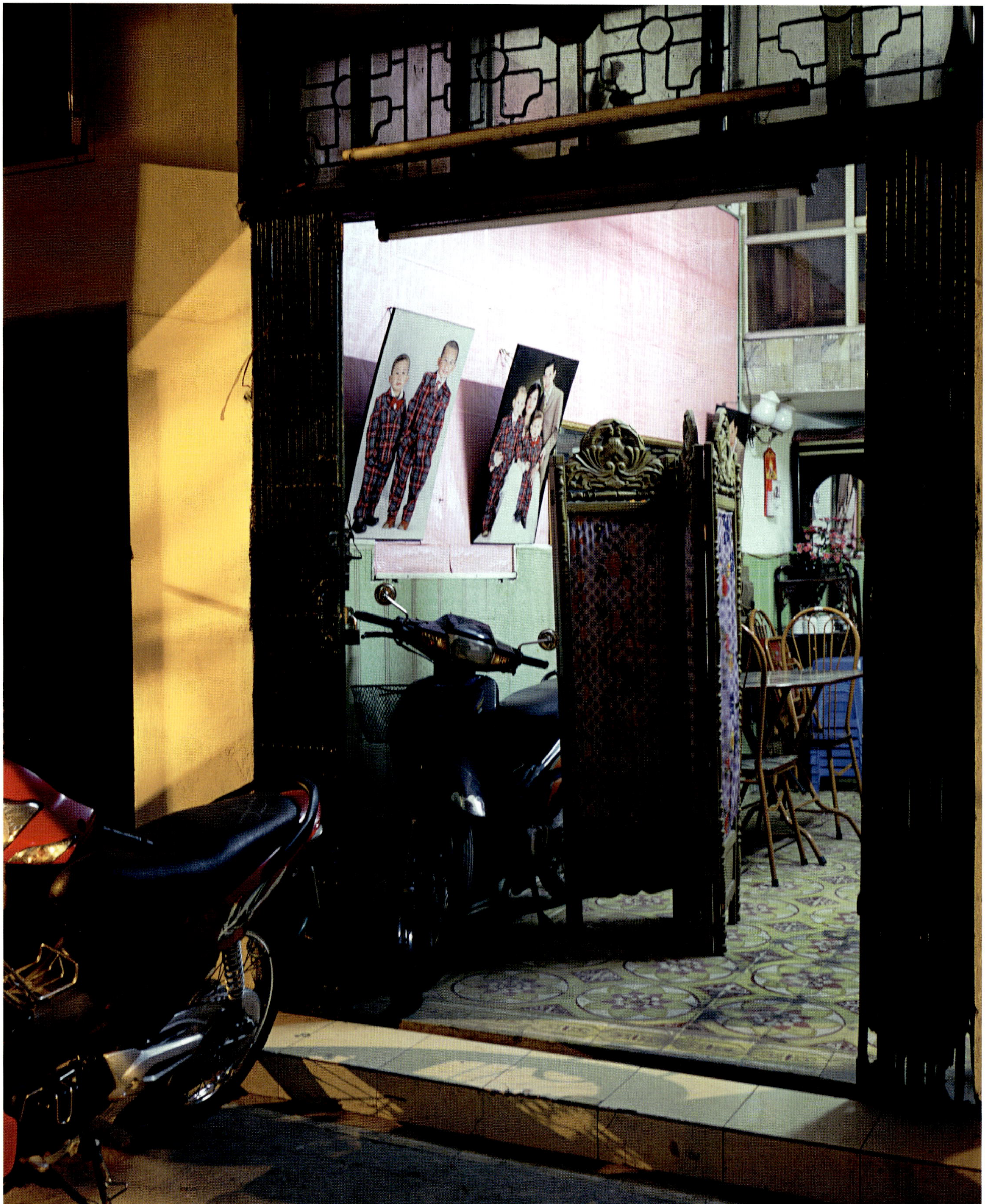

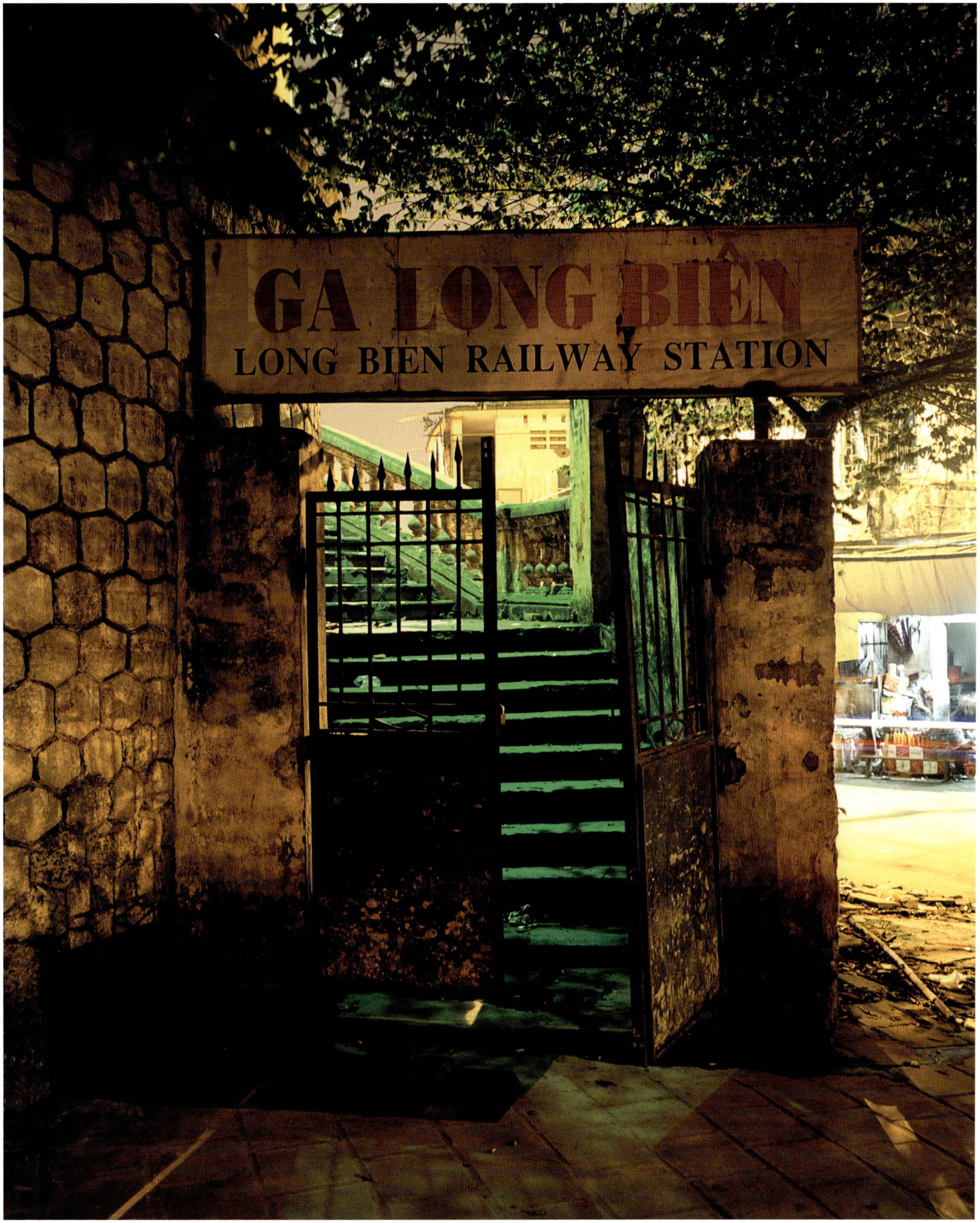
GA LONG BIÊN
LONG BIEN RAILWAY STATION

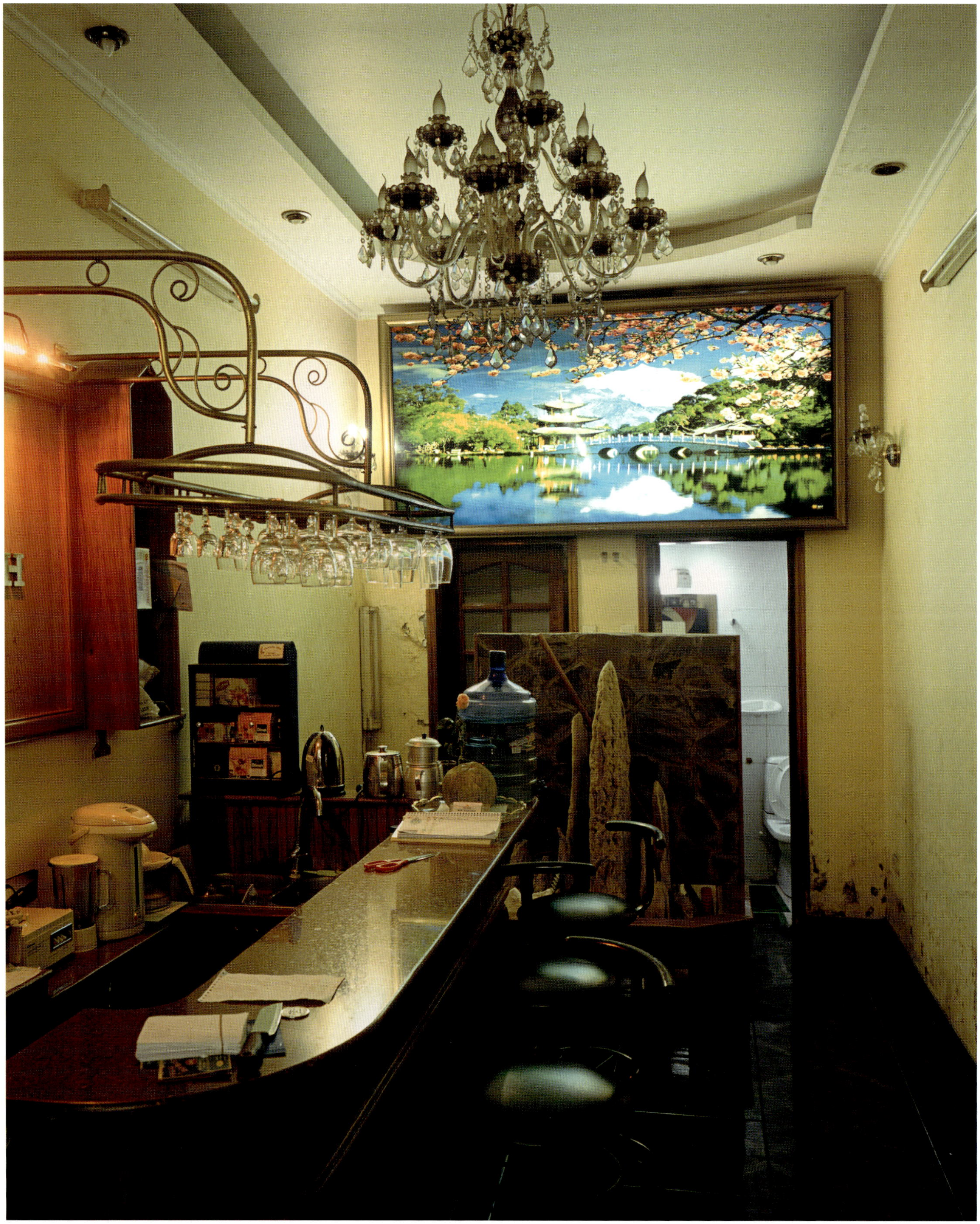

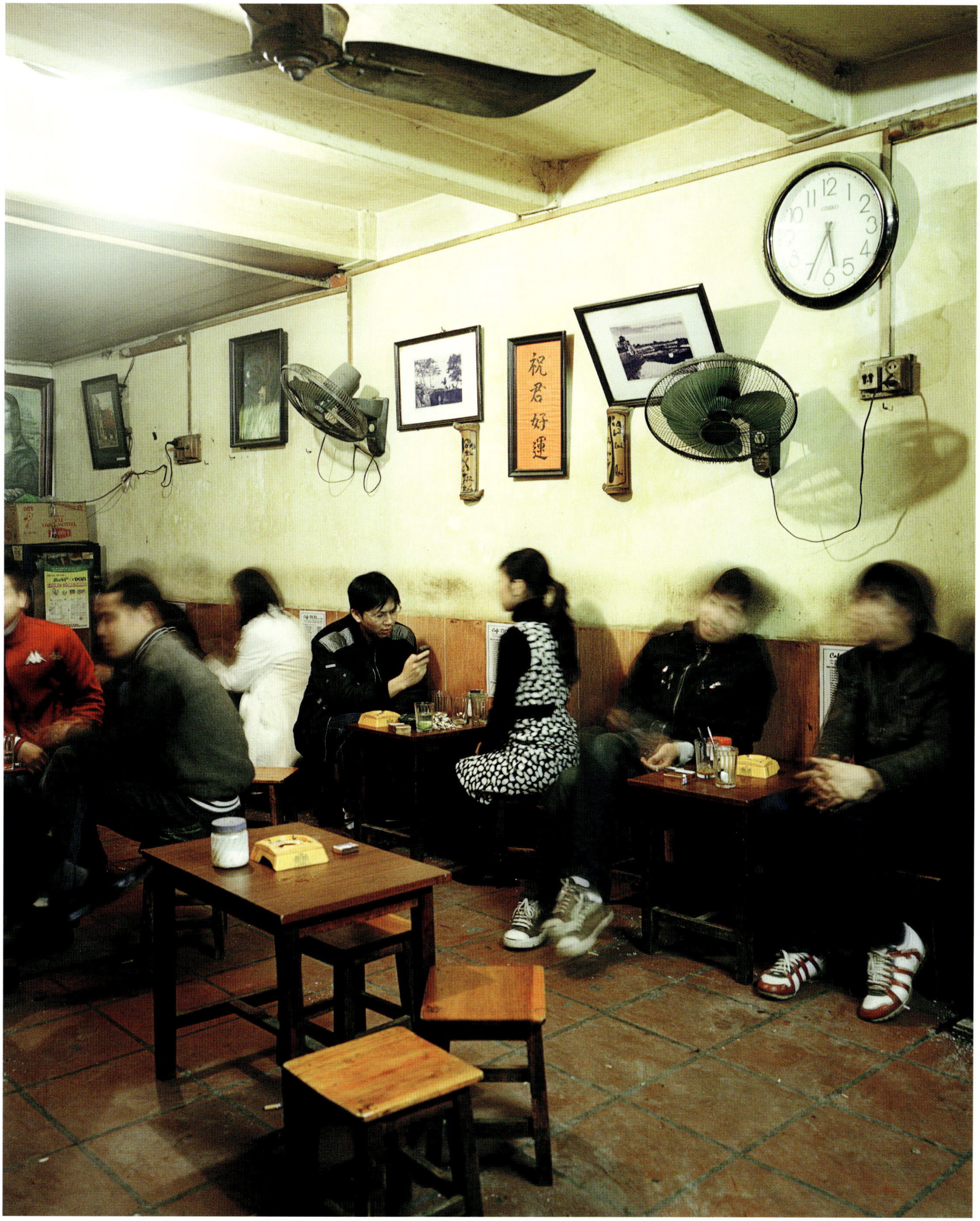
祝君好運

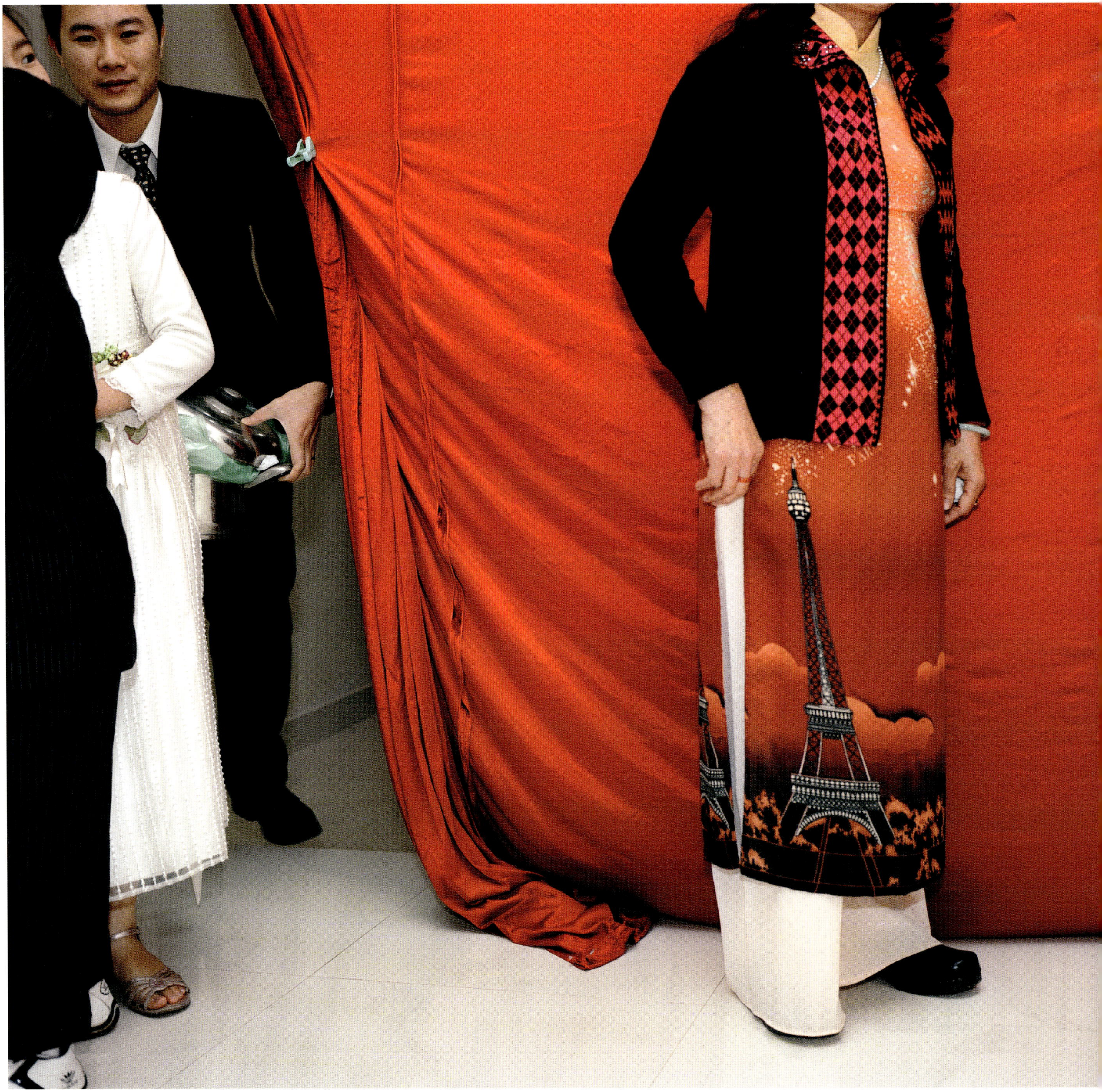

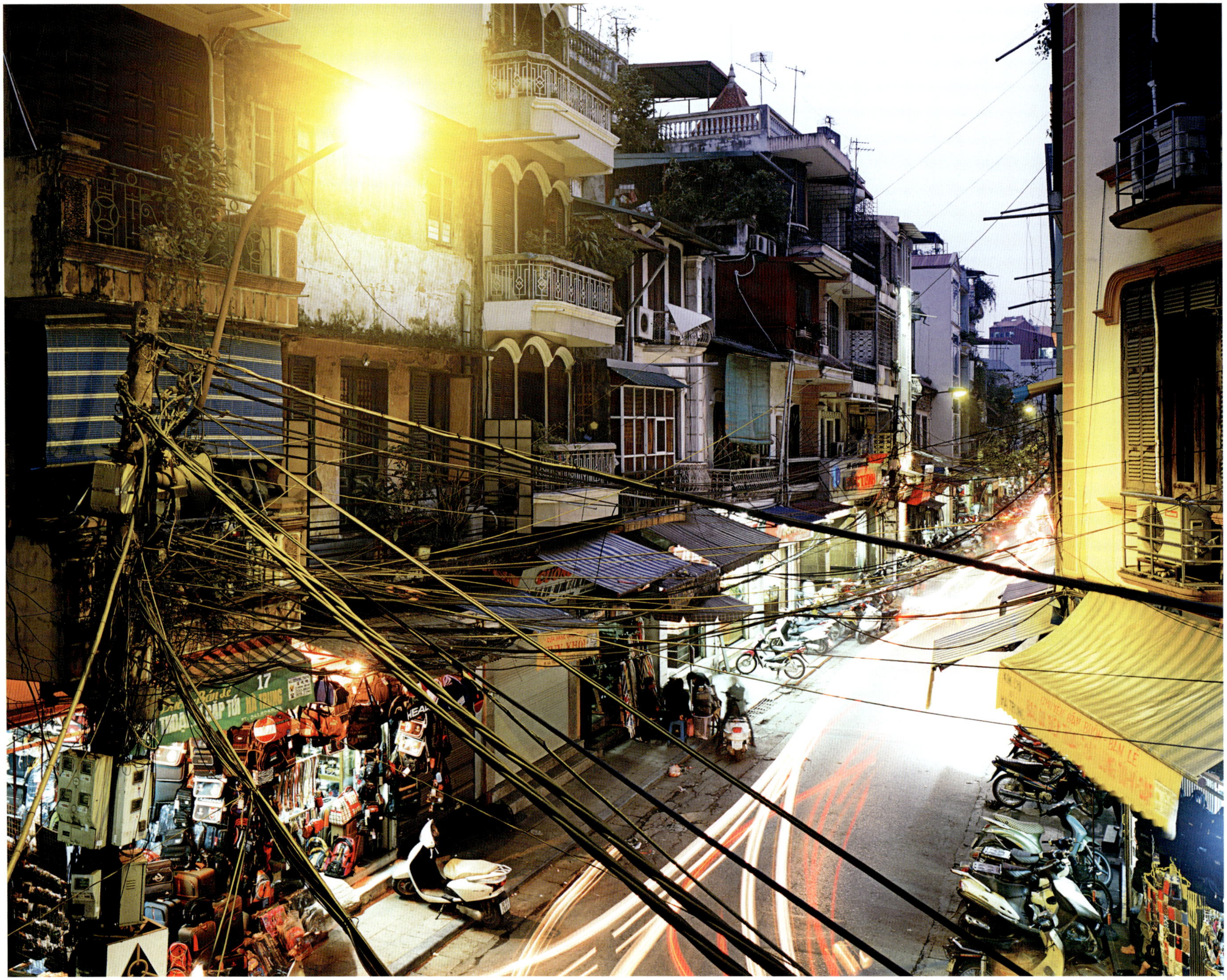

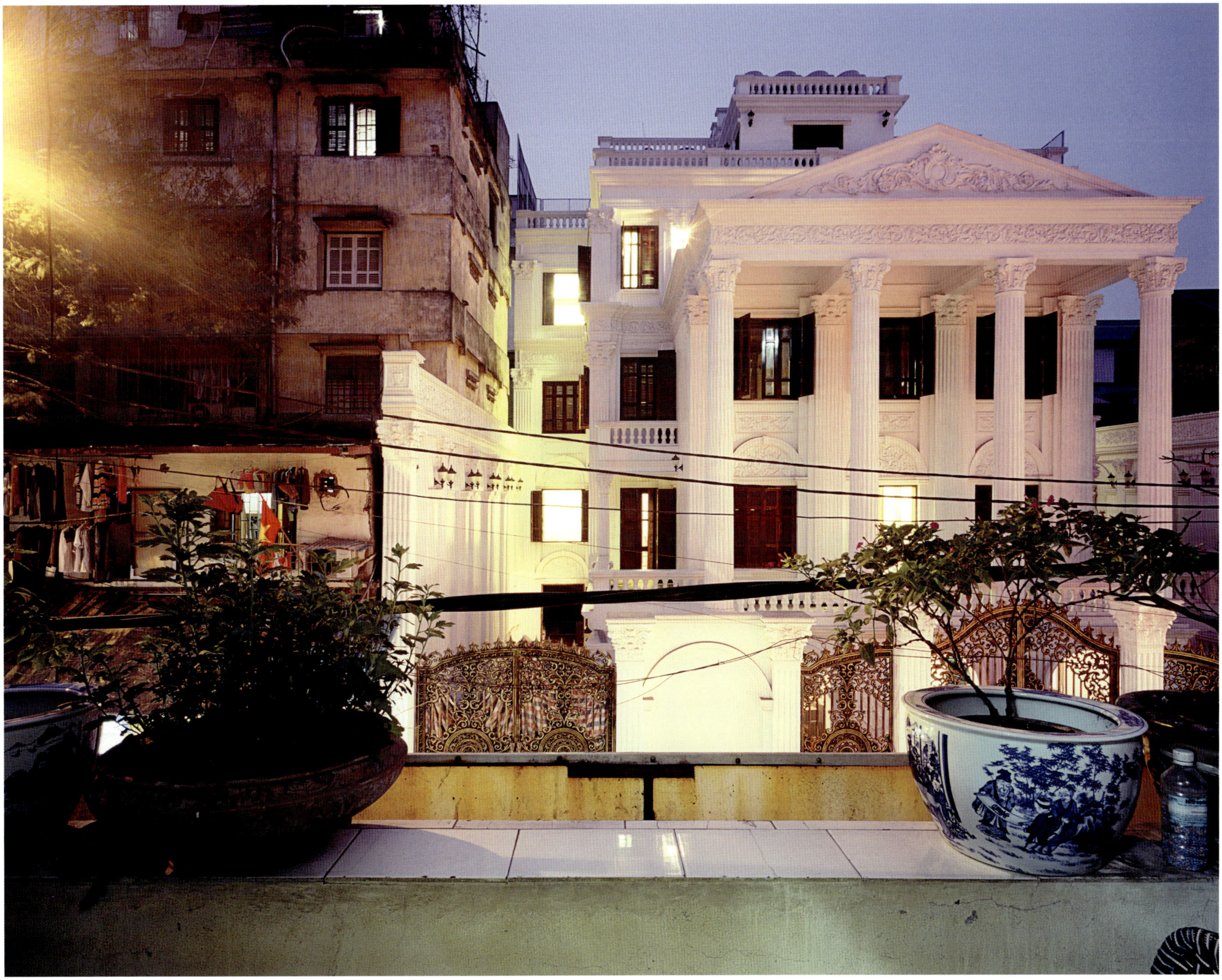

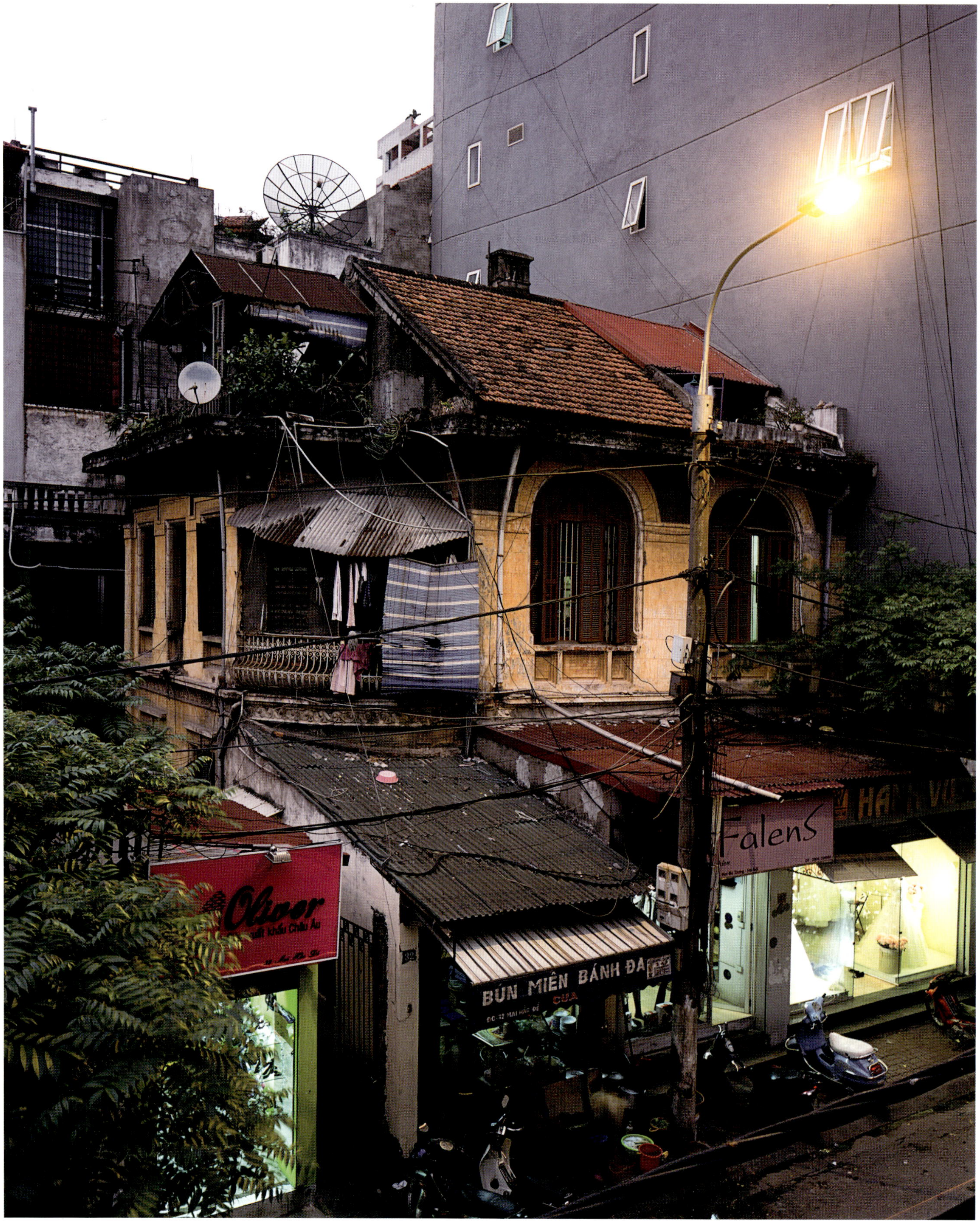
Oliver
khẩu Châu Âu
32
BÚN MIẾN BÁNH ĐA
CUA
ĐC: 12 MAI HẮC ĐẾ
FalenS

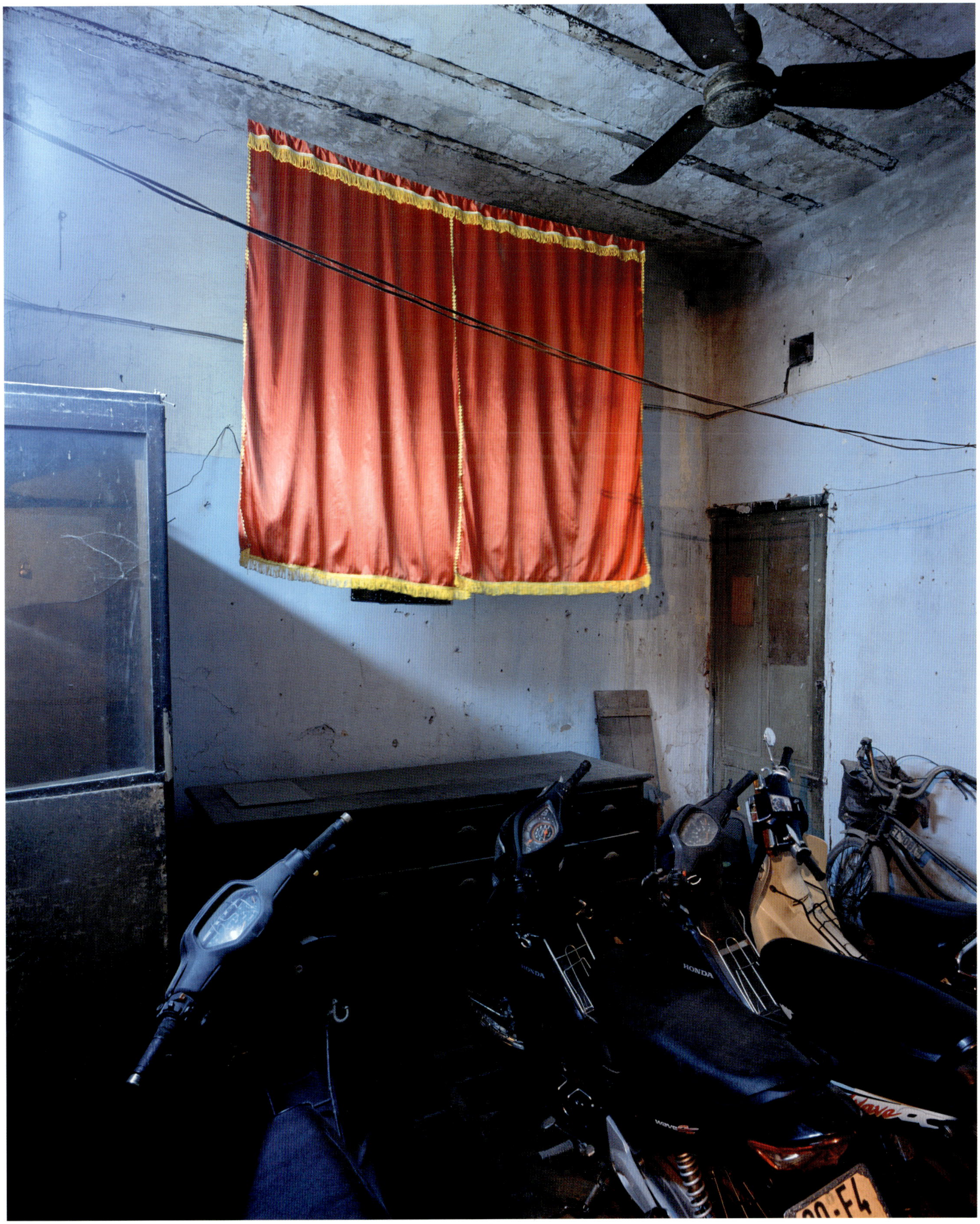
HONDA
HONDA

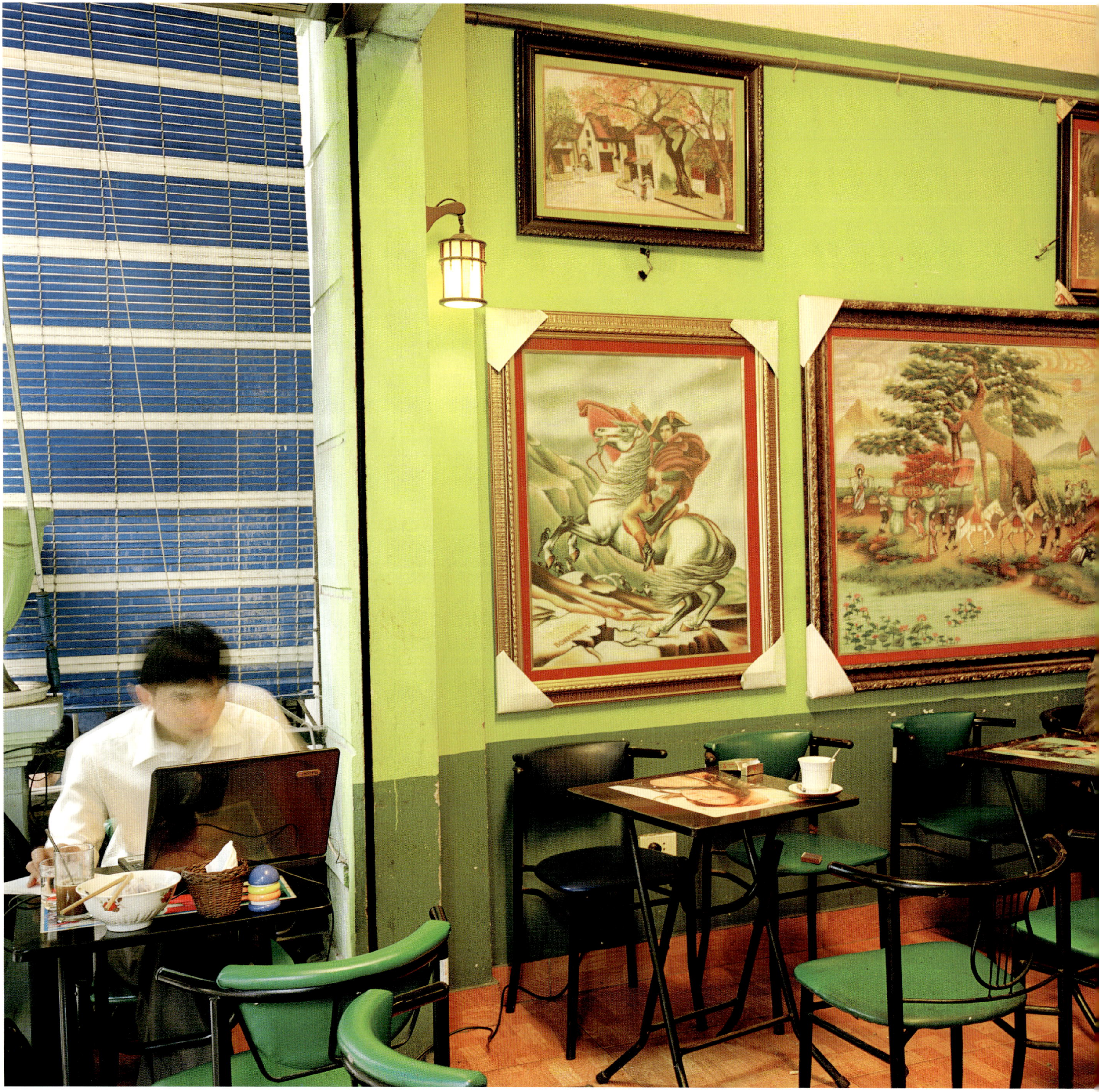

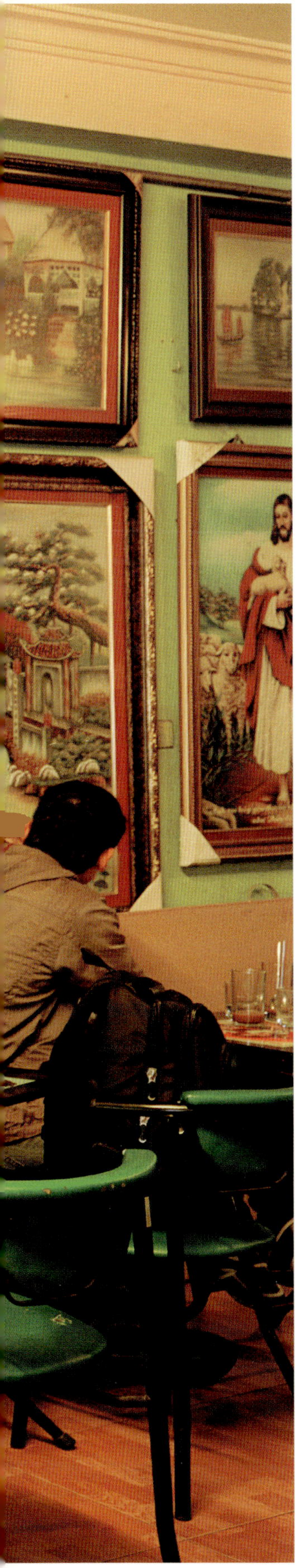

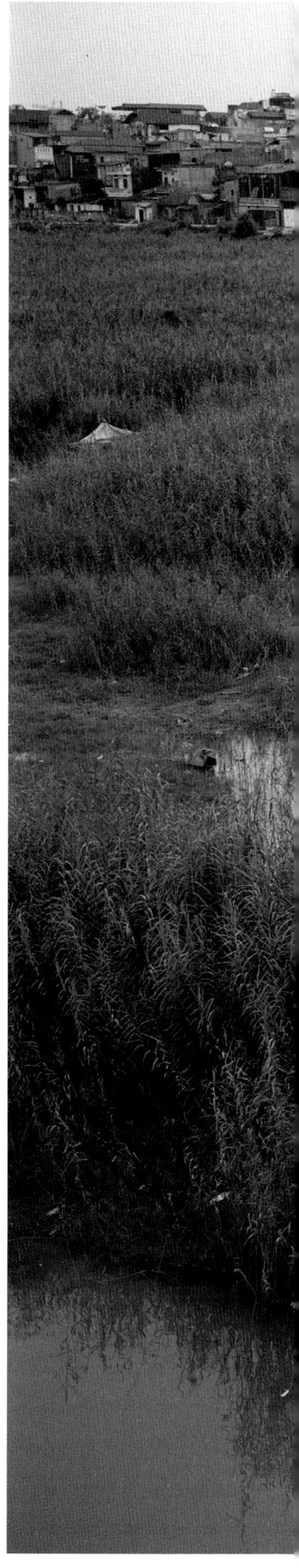

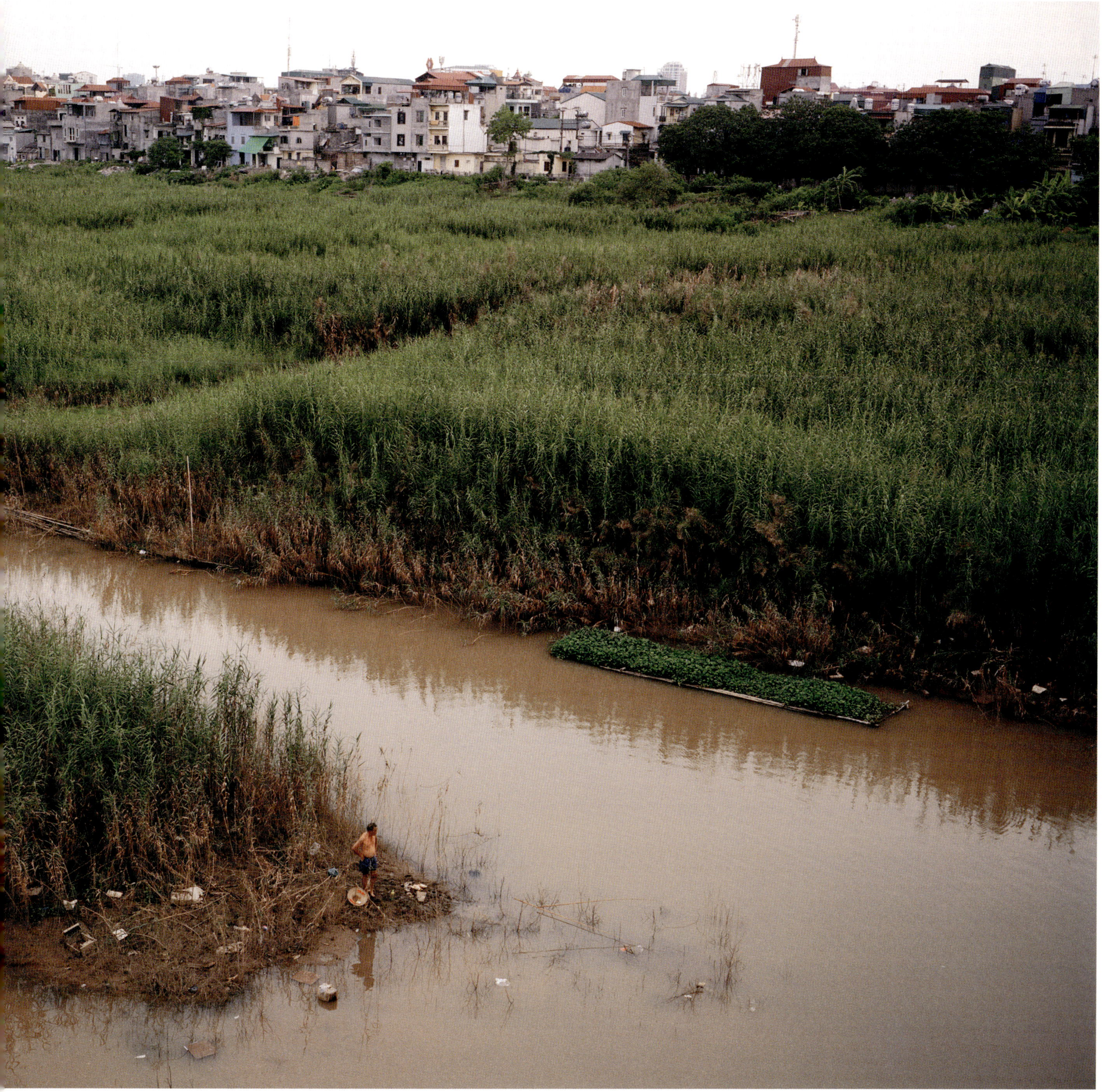

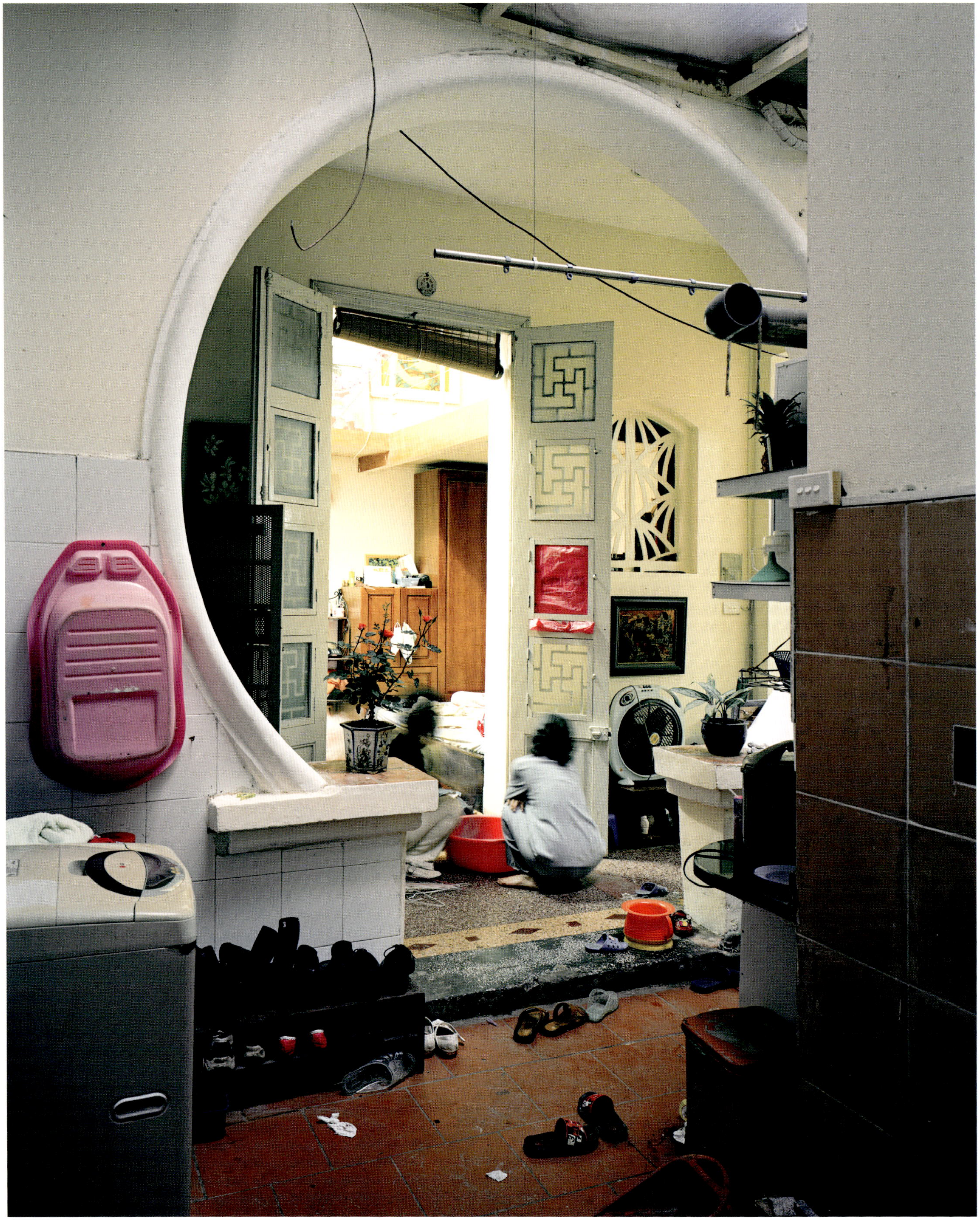

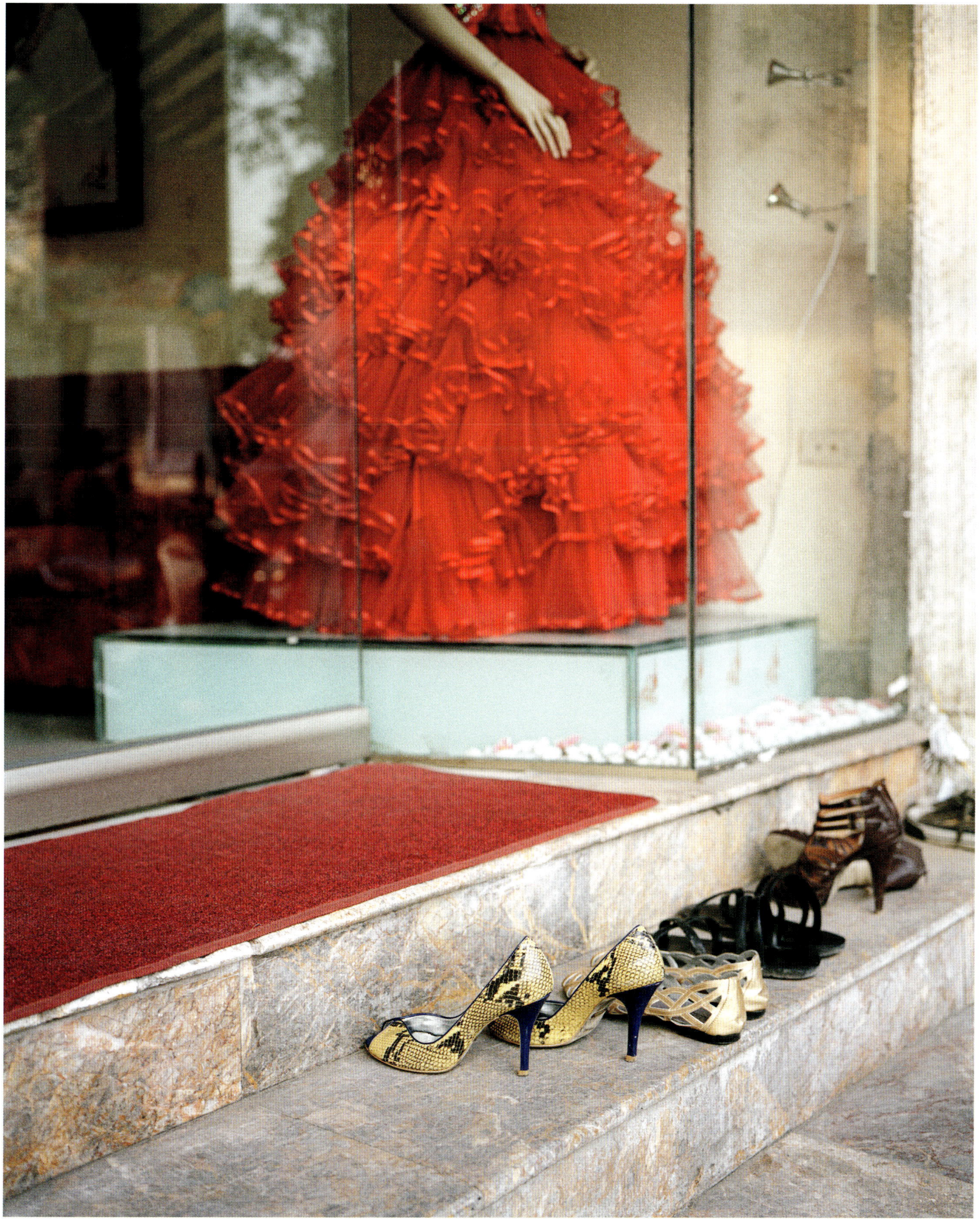

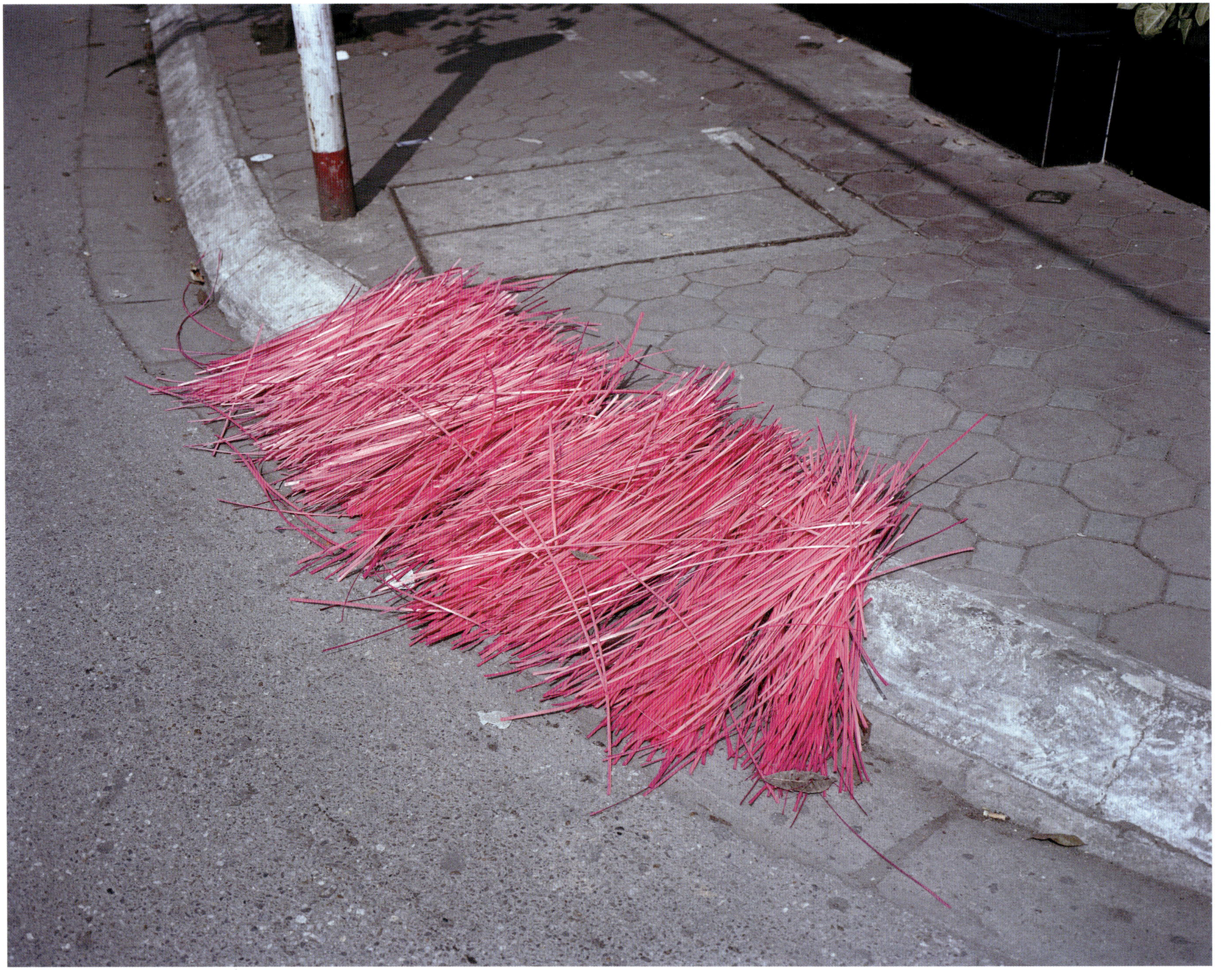

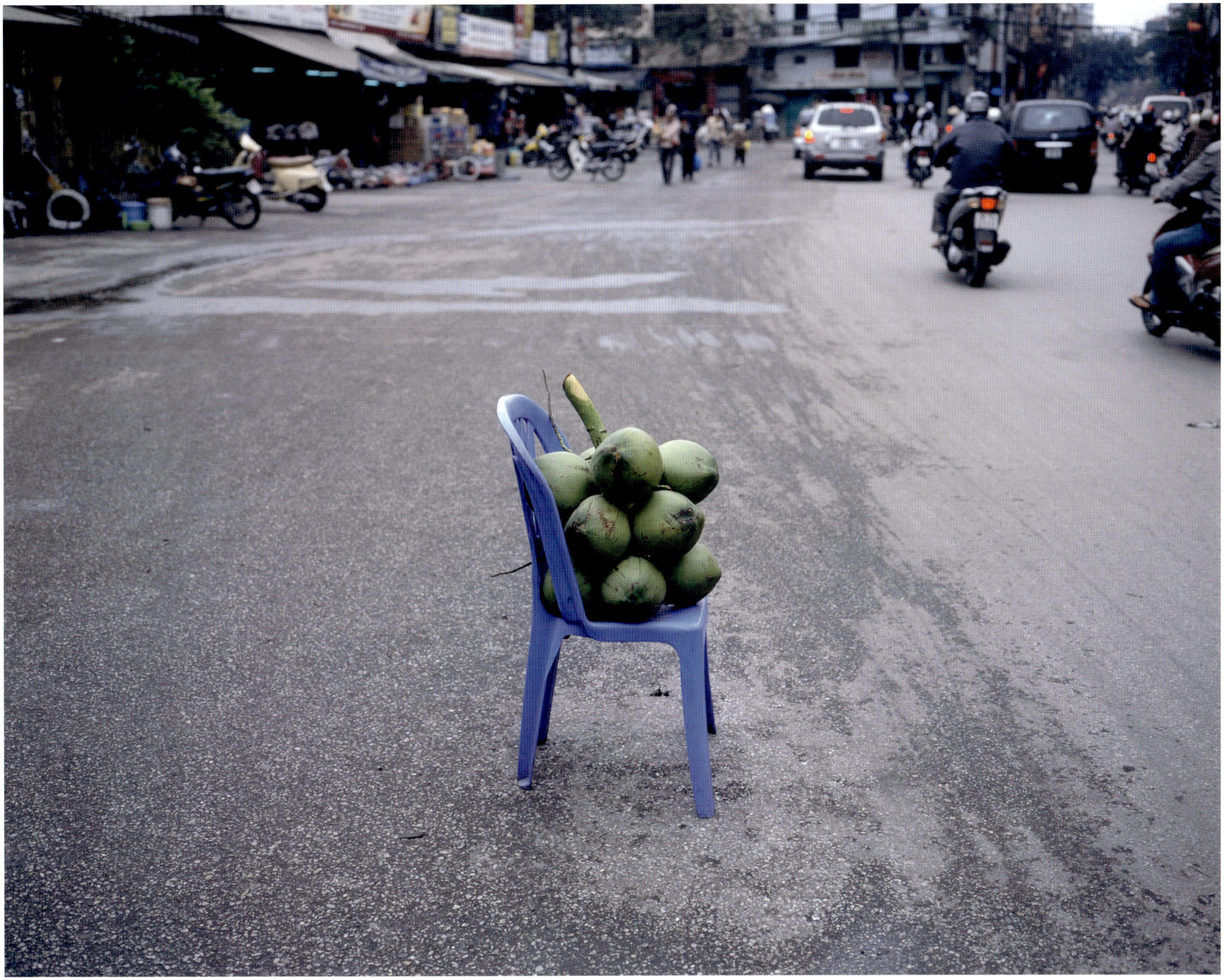

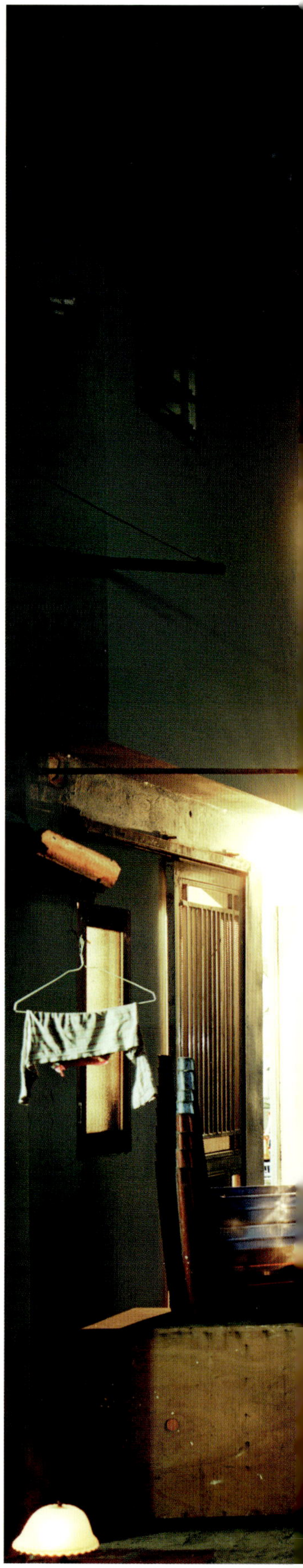

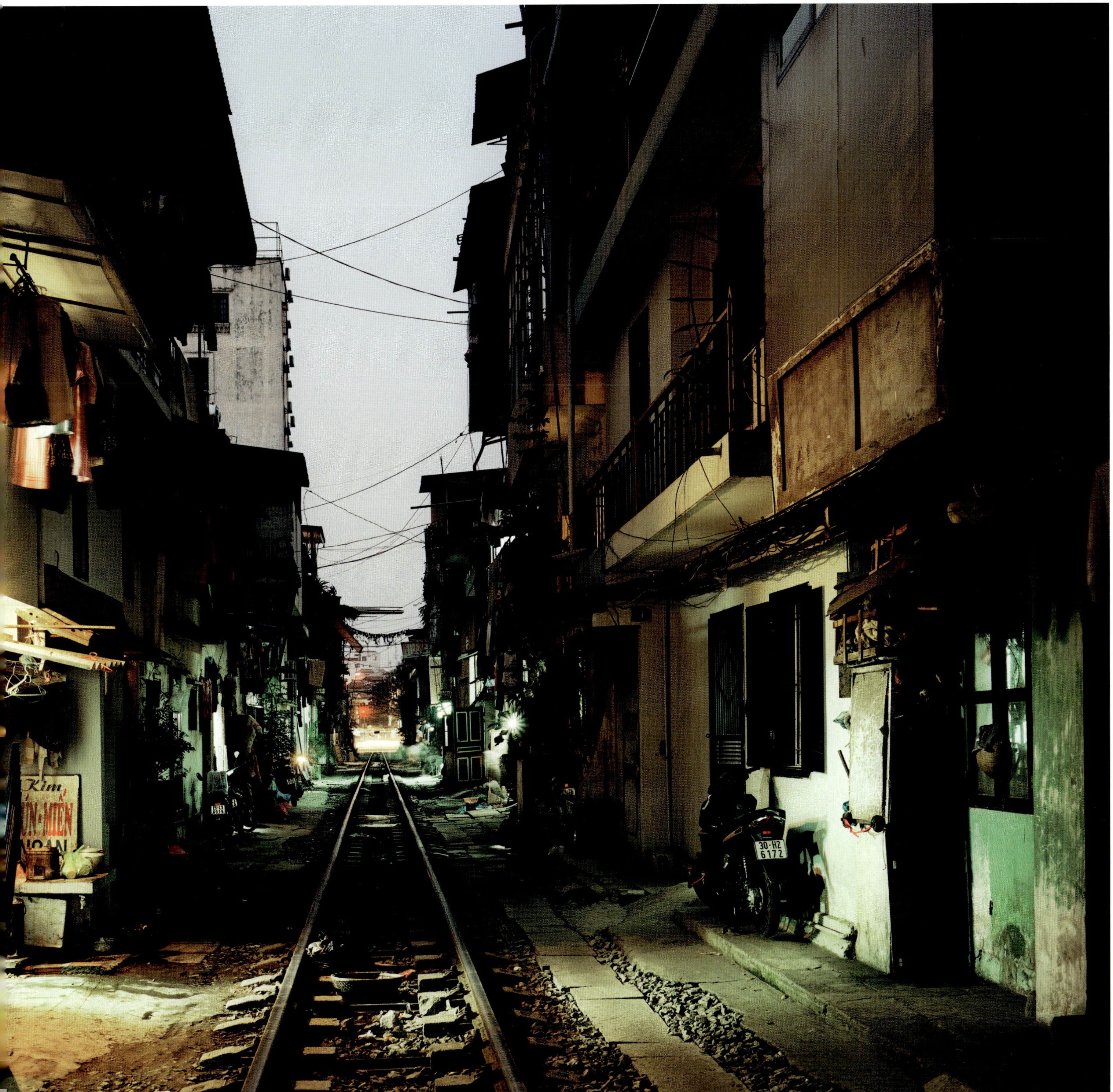
Kim

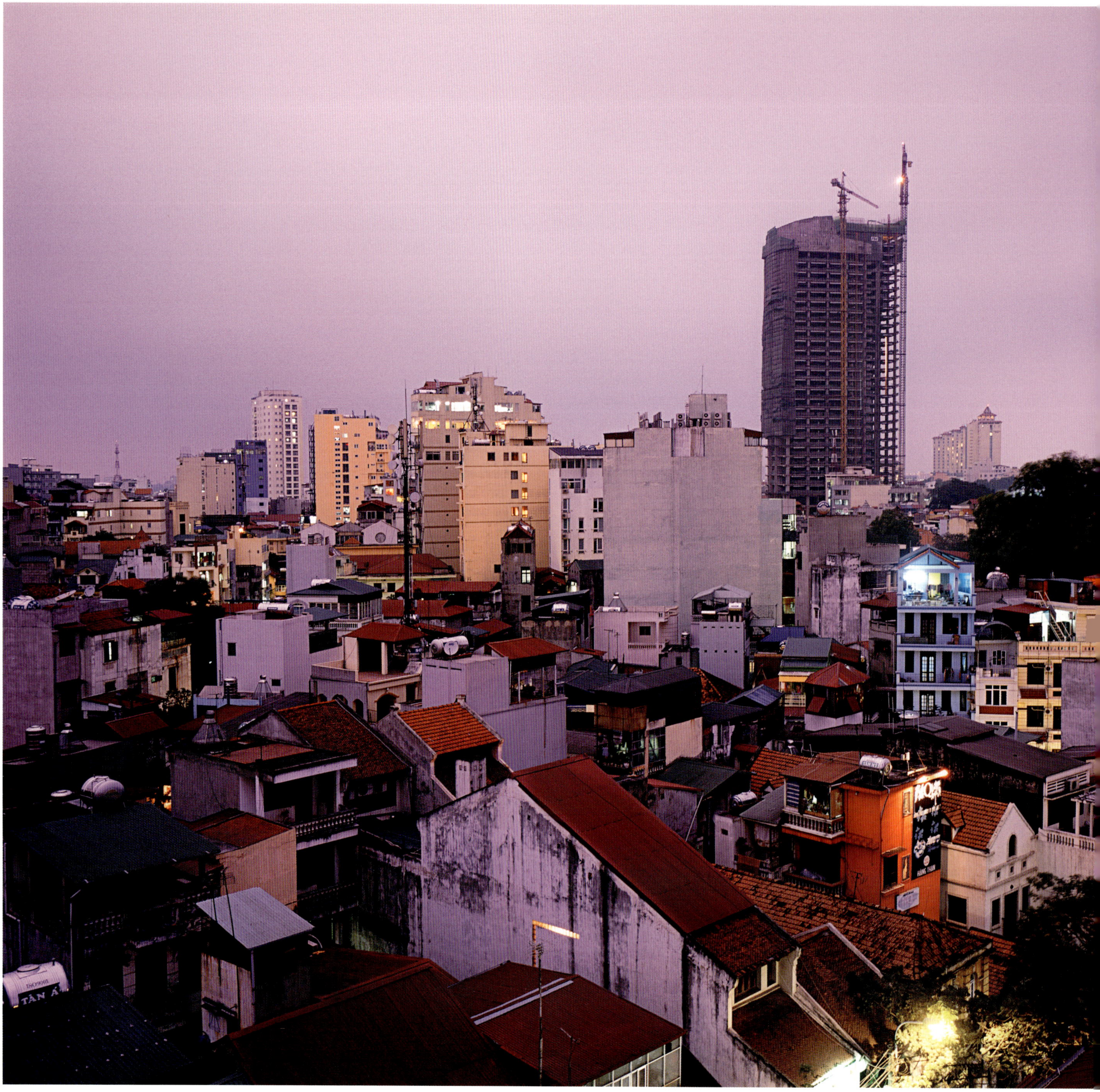
TÂN Á

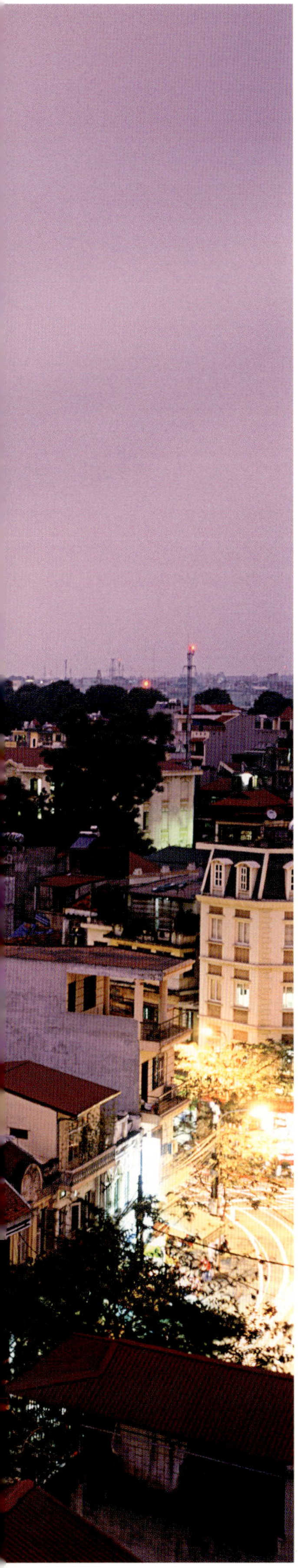

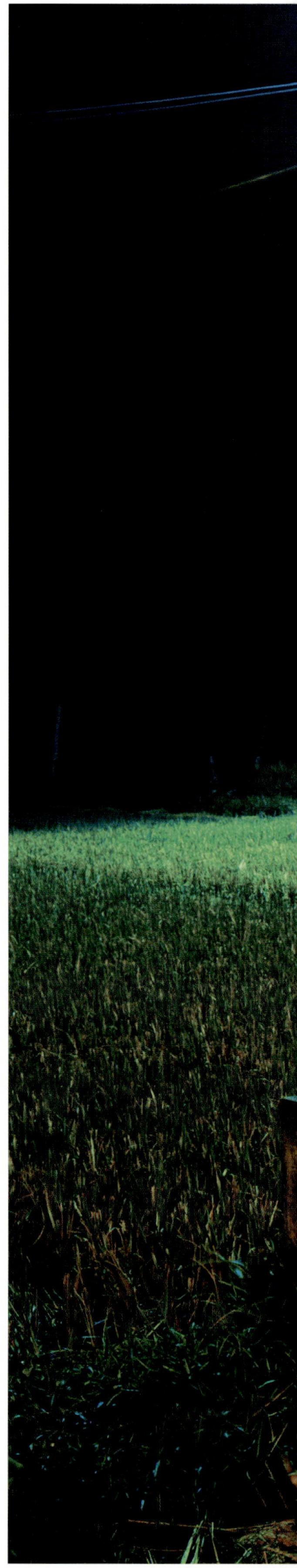

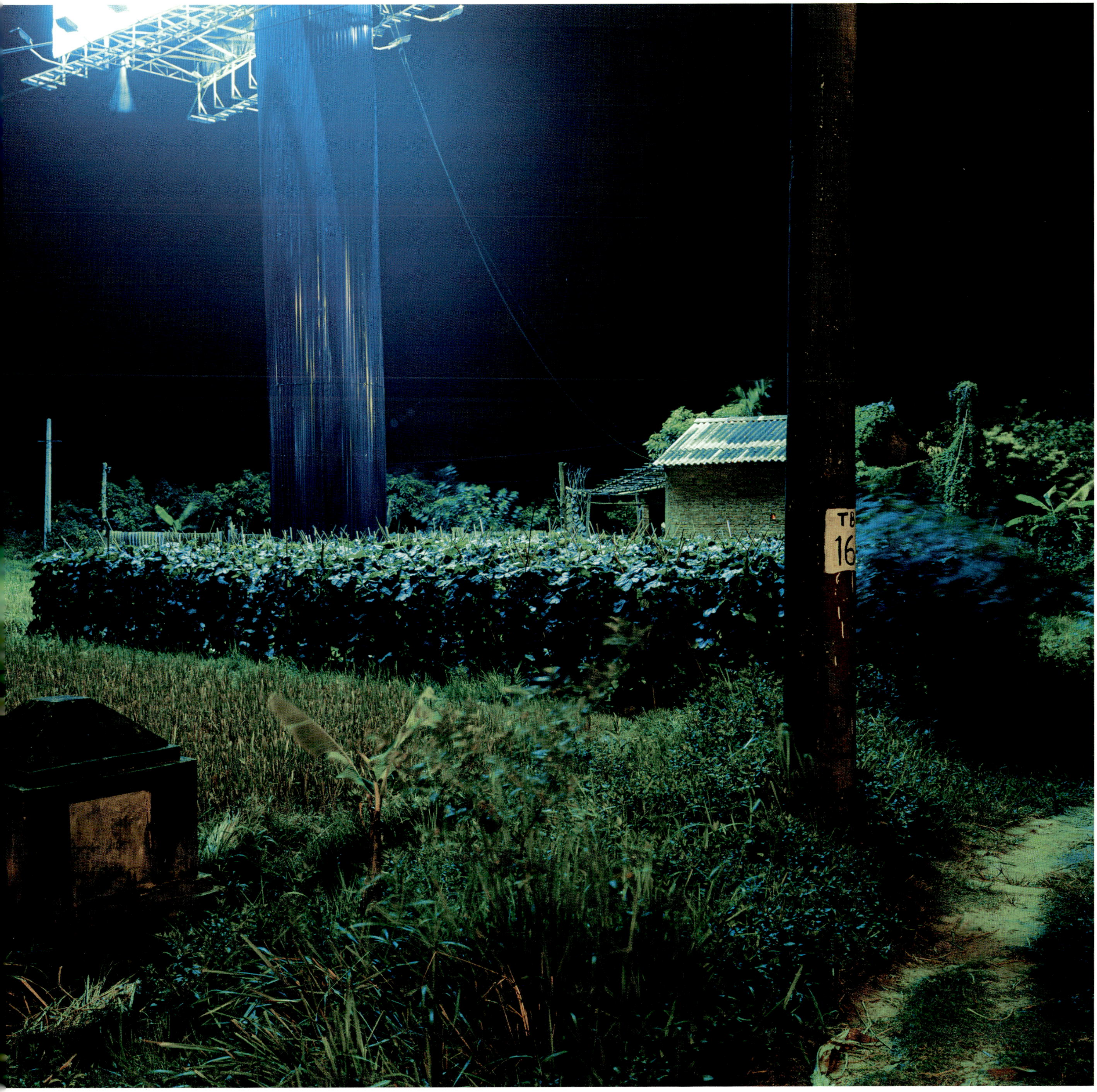
TB
16

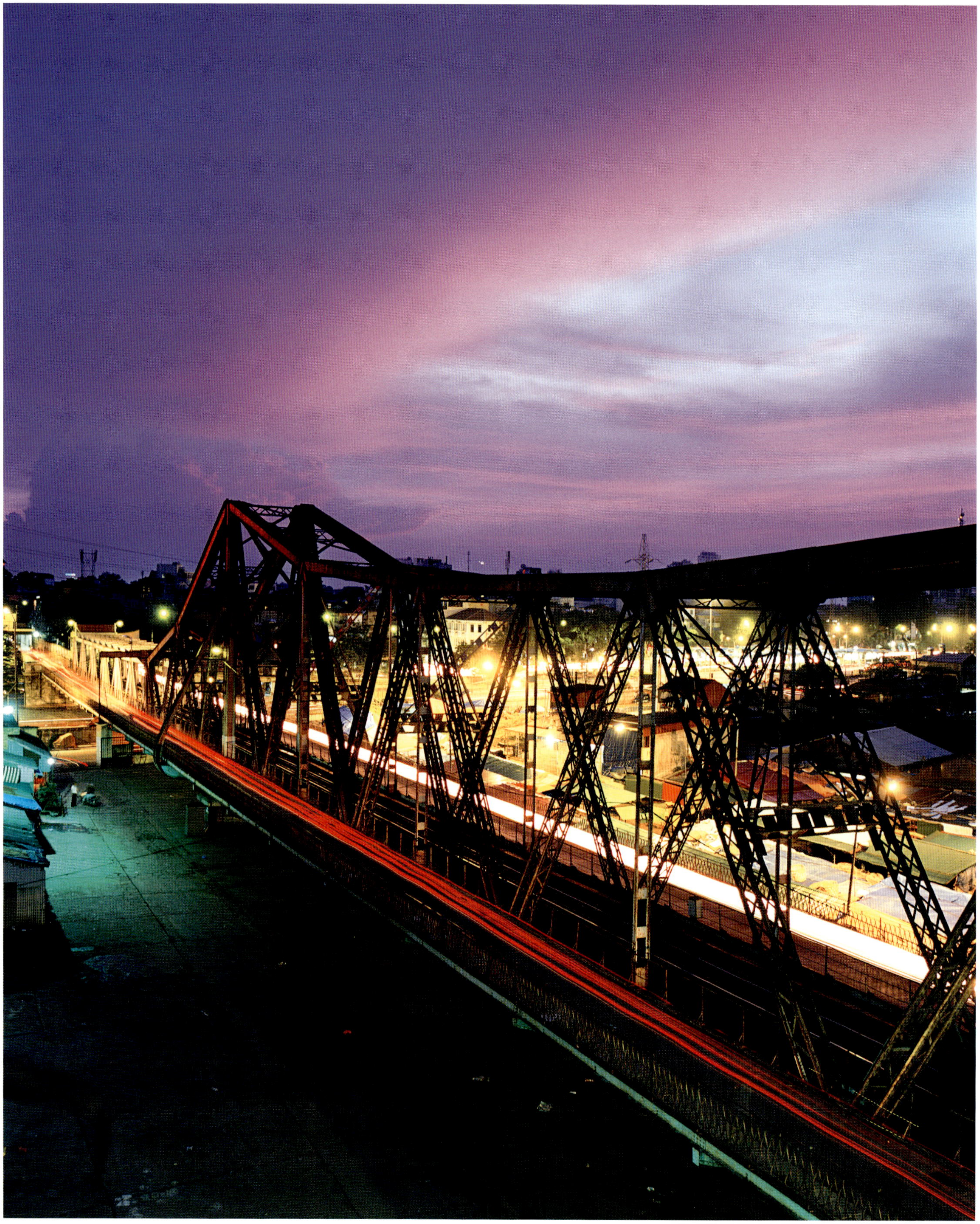

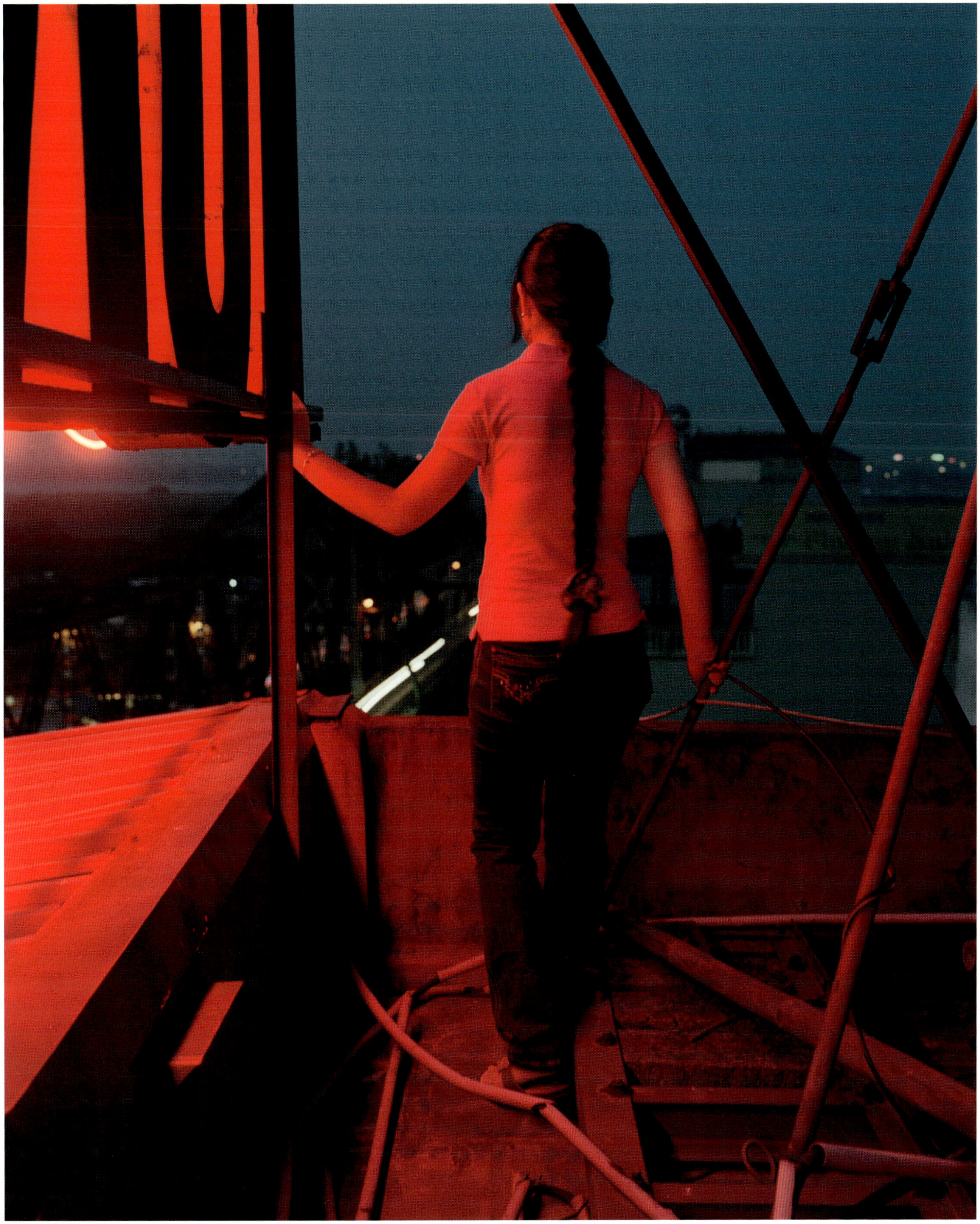

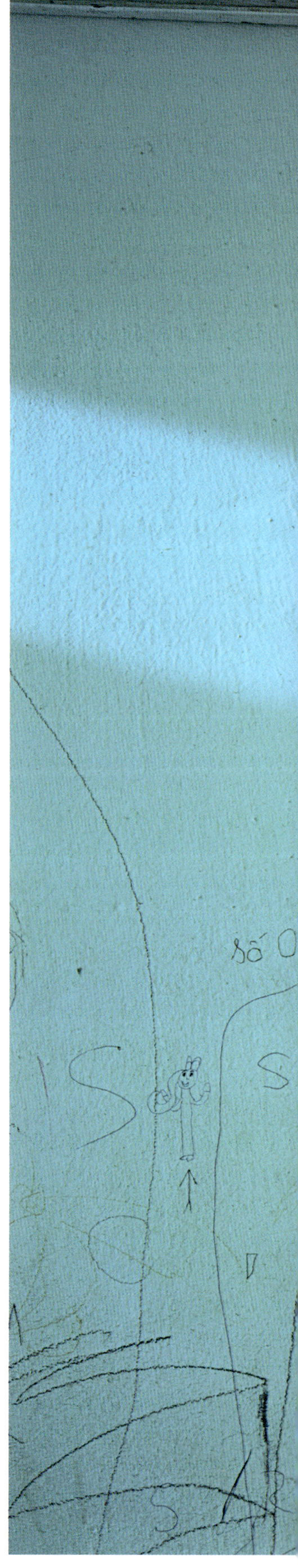

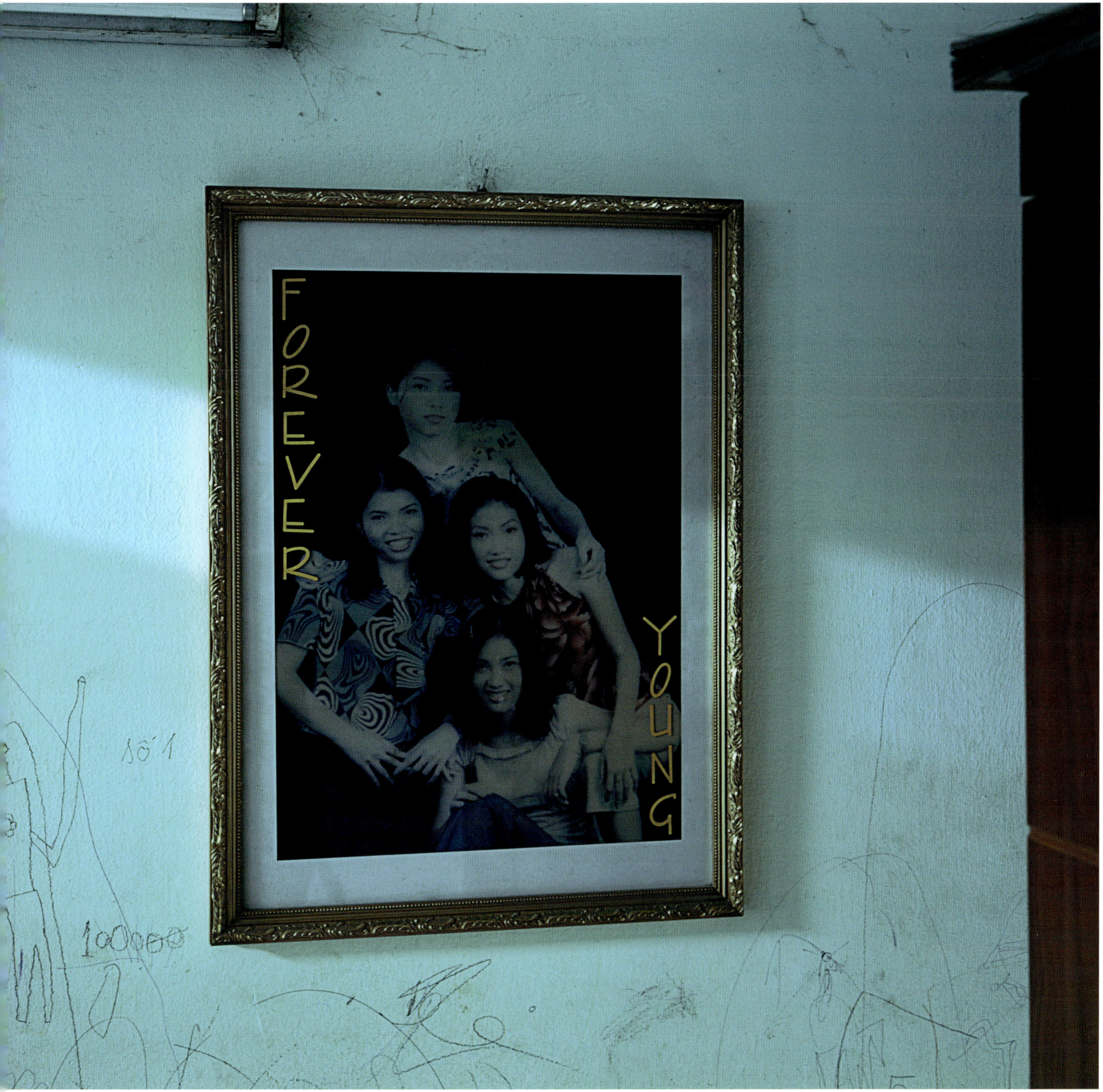
FOREVER
YOUNG

INDEX

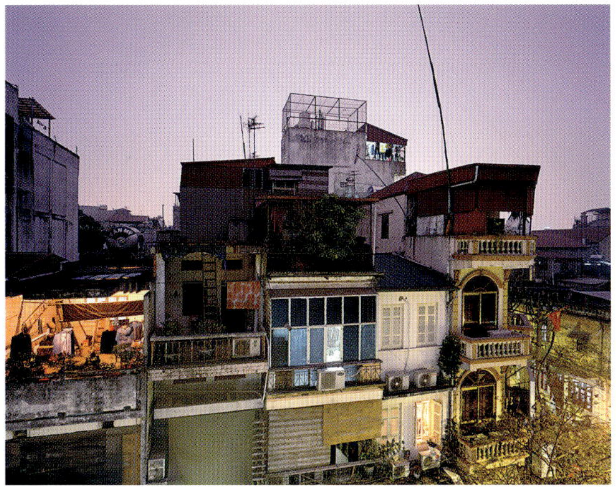

Buildings on Bat Su Street, 2010
PAGE 18

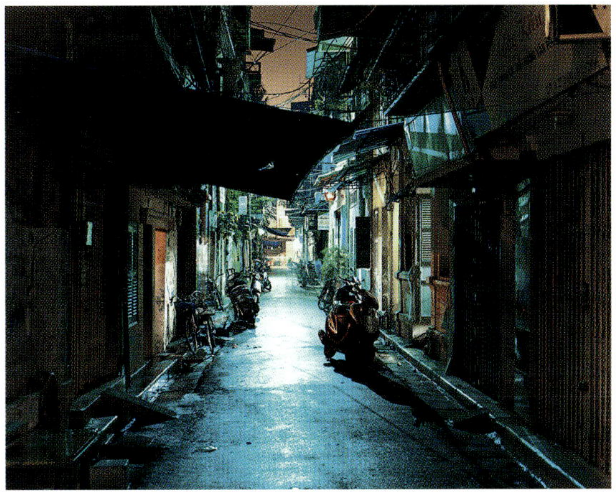

Lane off Nguyen Khuyen Street, 2009
PAGE 20

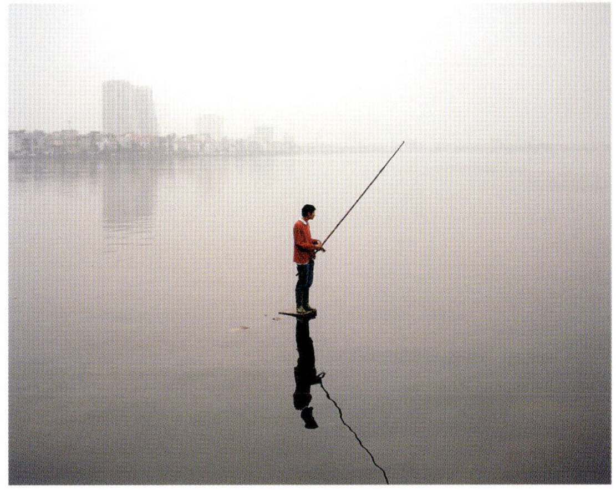

Man in Red Sweater Fishing, West Lake, 2010
PAGE 22

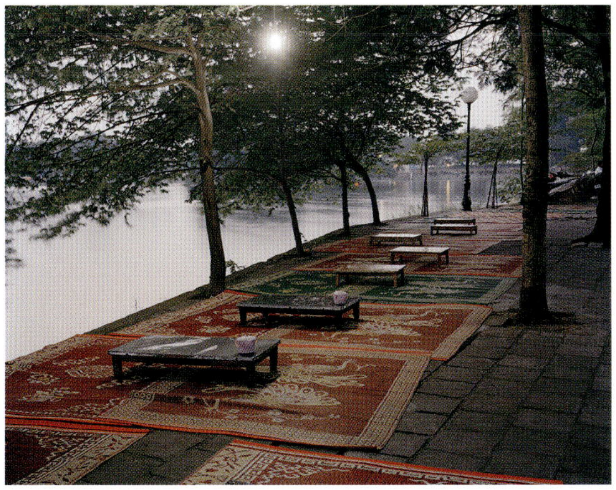

Outdoor Café, Truc Bach Lake, 2010
PAGE 23

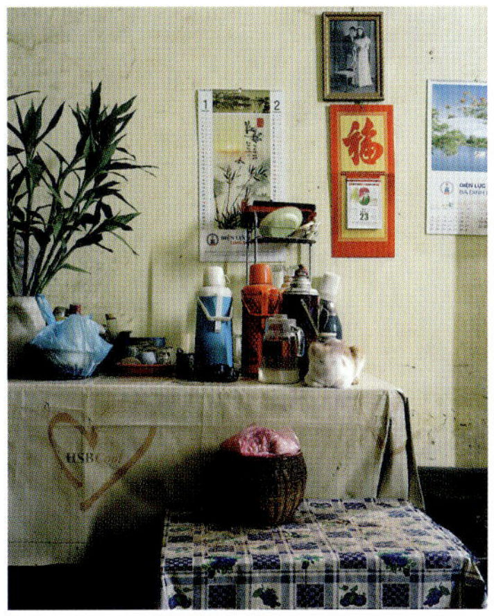

Interior, Hang Bun Street, 2010
PAGE 24

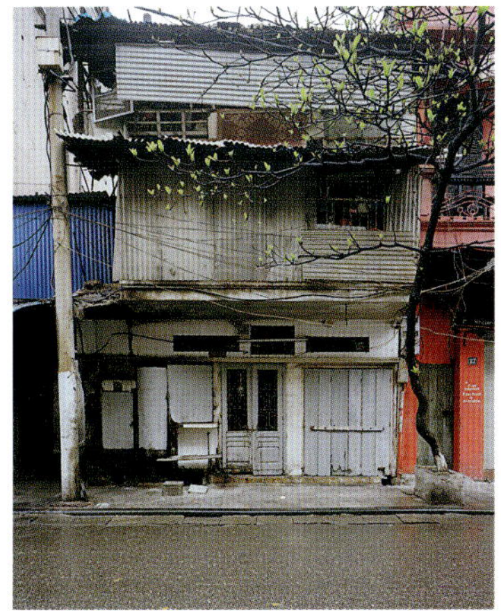

Building in Old City, 2010
PAGE 25

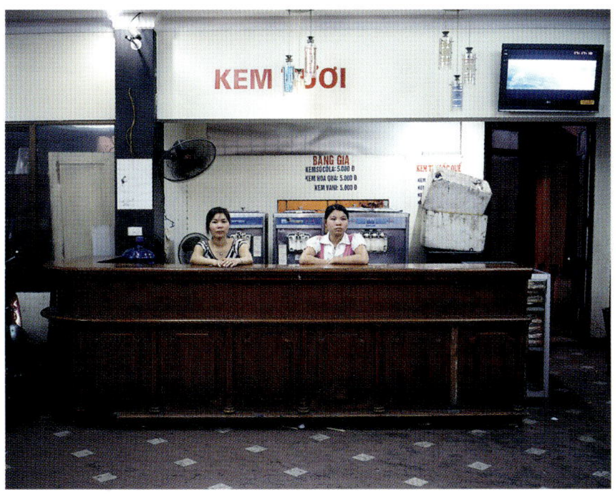

Trang Tien Ice Cream, 2010
PAGE 26

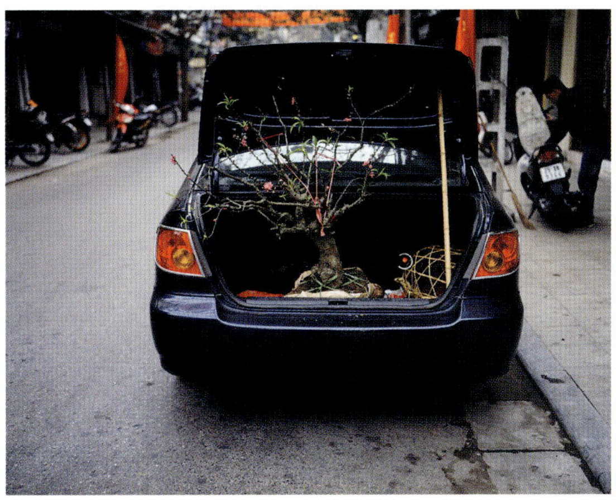

Cay Dao (Peach Blossom), Tet, 2010
PAGE 27

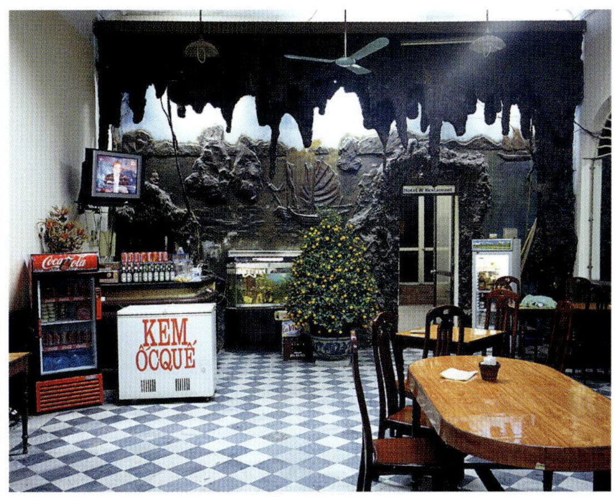

Bodega Café, Trang Tien Street, 2010
PAGE 28

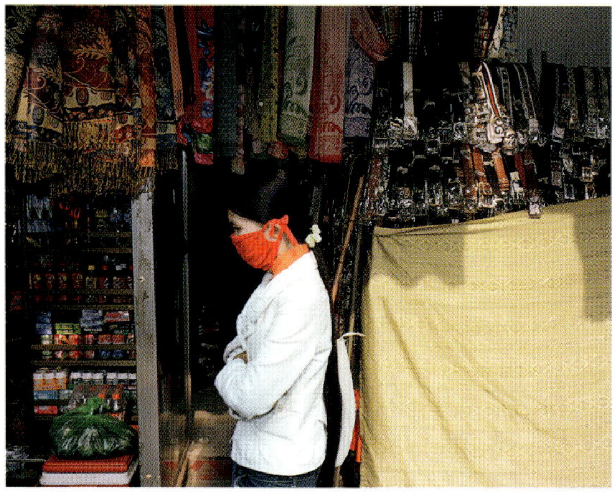

Woman in Red Mask, 2010
PAGE 30

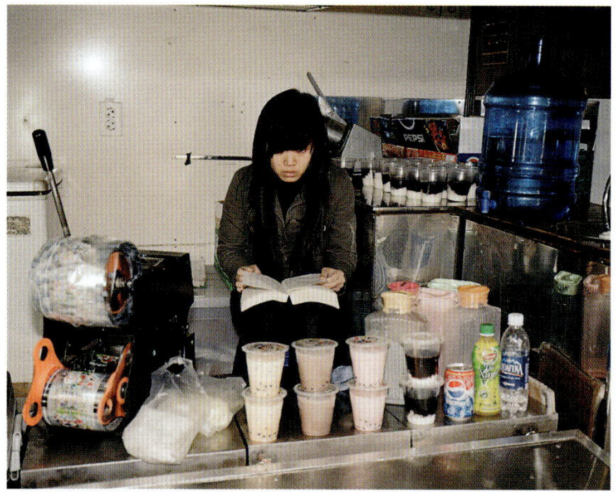

Young Woman Selling Snacks, Hoan Kiem Lake, 2010
PAGE 31

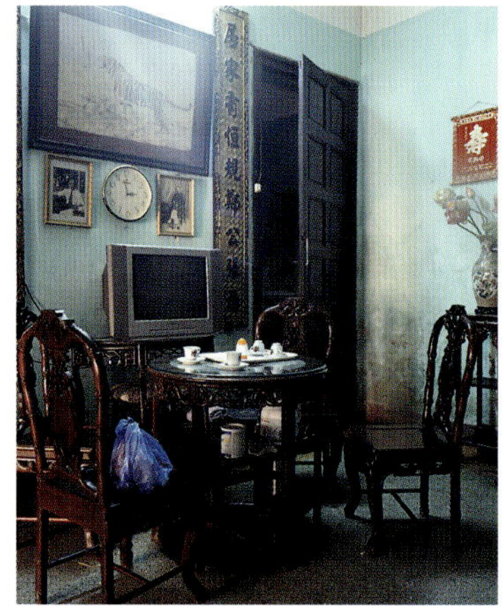

Te Family Apartment Interior, 2010
PAGE 32

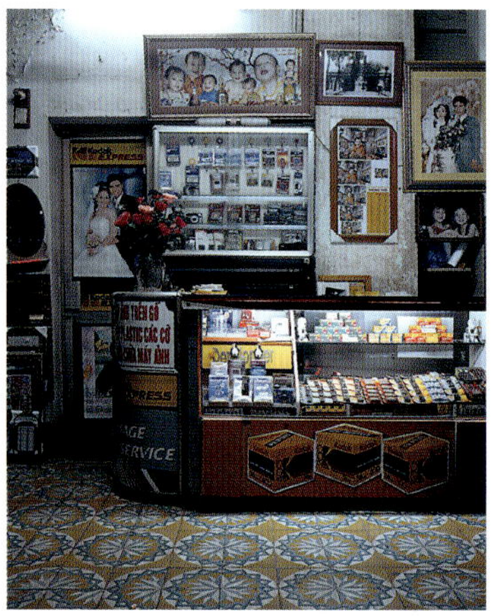

Photo Supply Store, Nguyen Truong To Street, 2010
PAGE 33

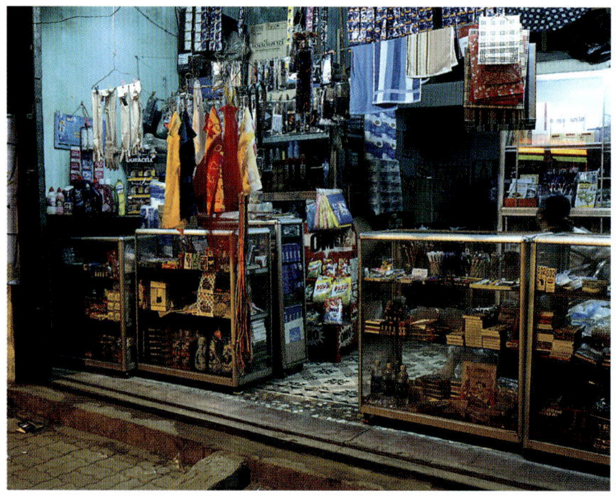

Shop on Pho Hue Street, 2010
PAGE 34

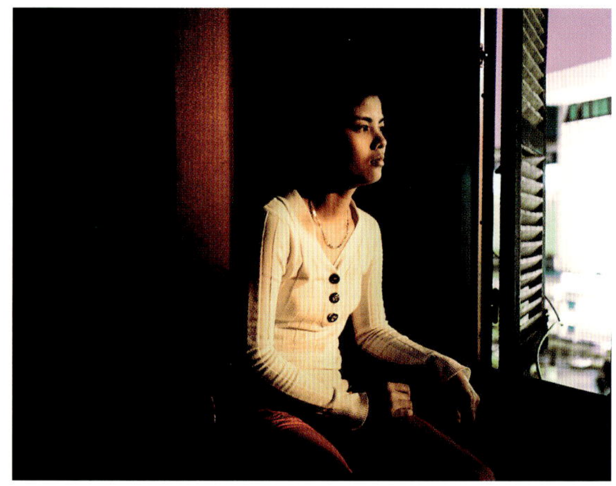

Young Woman in Apartment, Tran Hung Dao Street, 2010
PAGE 36

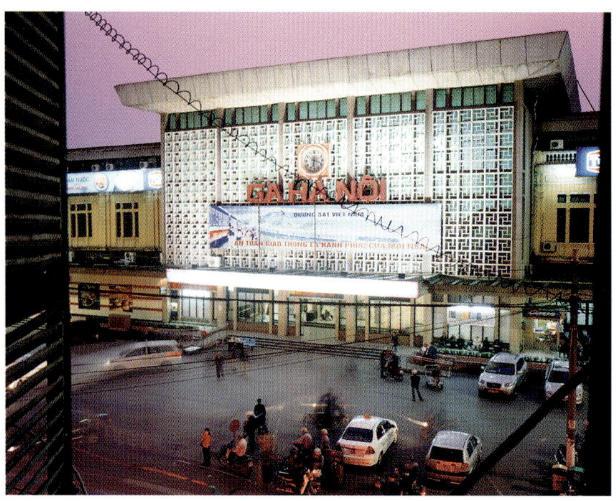

View of Hanoi Station from Apartment Window, 2010
PAGE 37

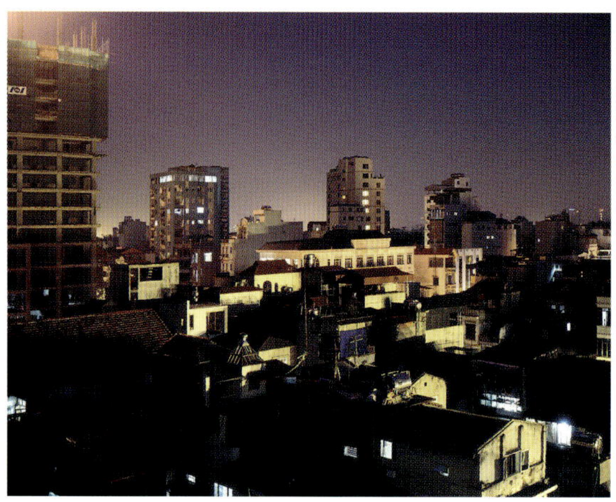

Hanoi Evening View #2, 2009
PAGE 38

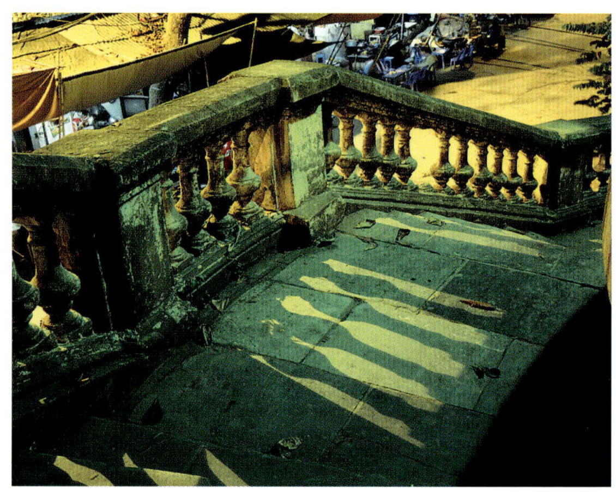

Long Bien Station Steps, 2010
PAGE 40

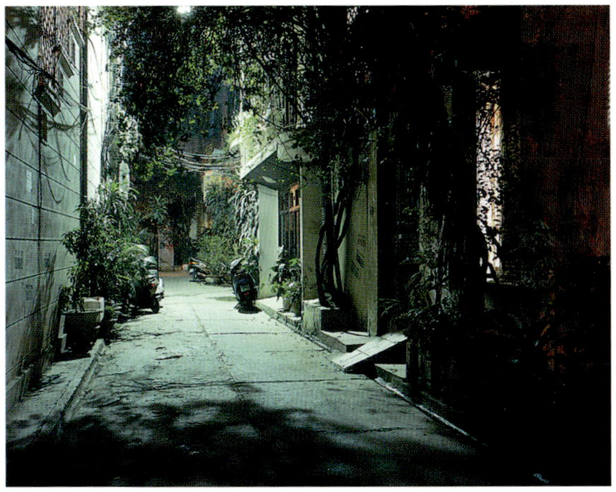

Alley, Hai Ba Trung District, 2010
PAGE 41

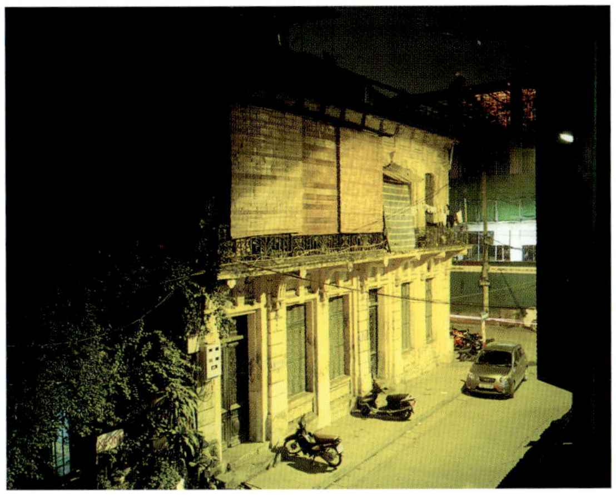

View of Nguyen Quang Bich Street, 2010
PAGE 42

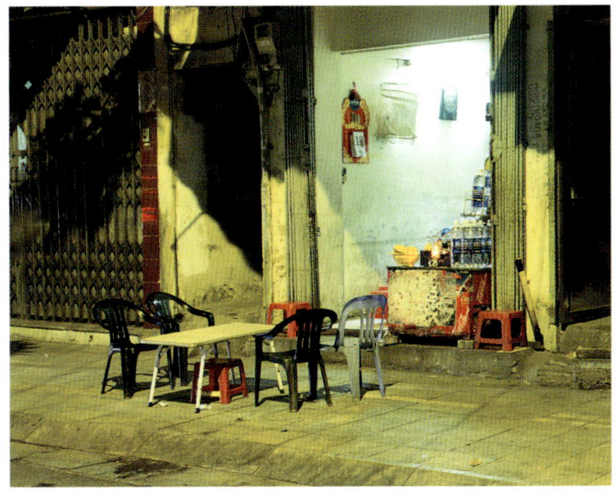

Street Café, 2010
PAGE 43

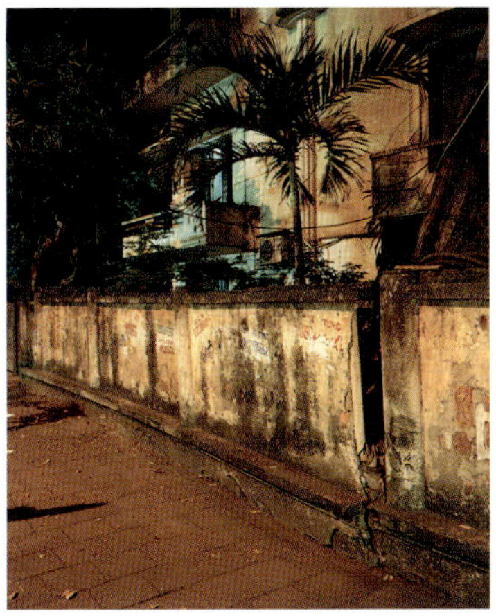

Street View #2, 2010
PAGE 44

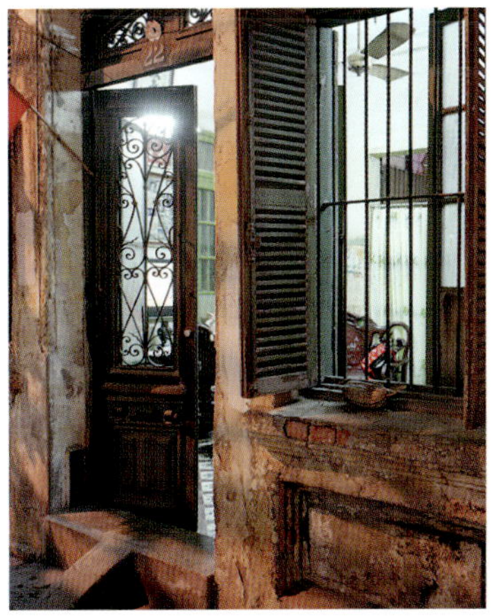

House Entrance, 2010
PAGE 45

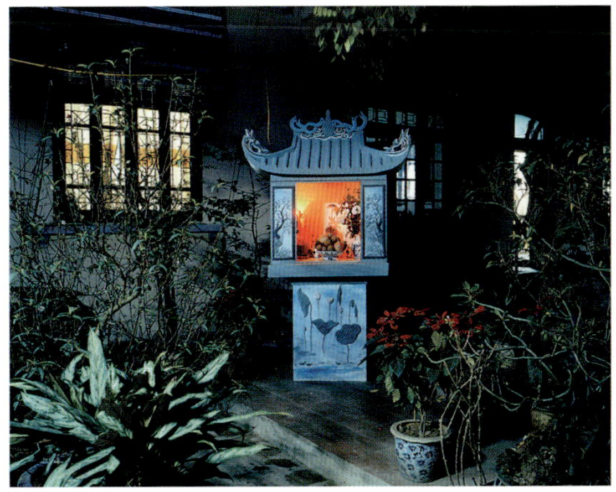

Pagoda in Private Garden, 2010
PAGE 46

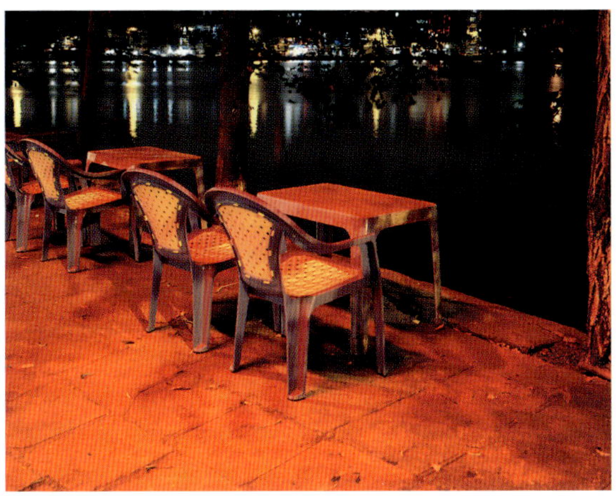

Truc Bach Lake, Street-side Café, 2010
PAGE 48

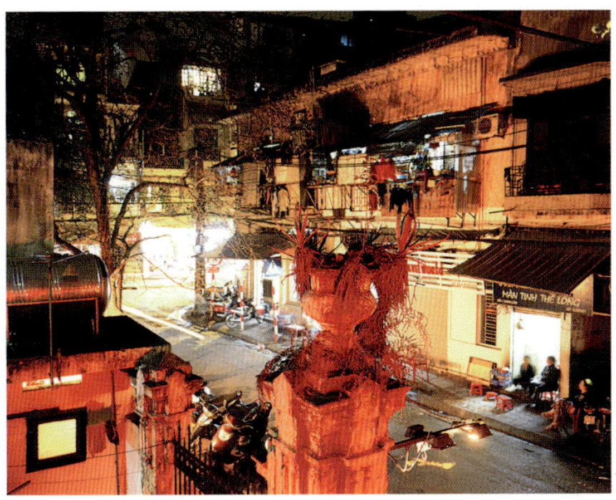

Chan Cam Street View, 2010
PAGE 49

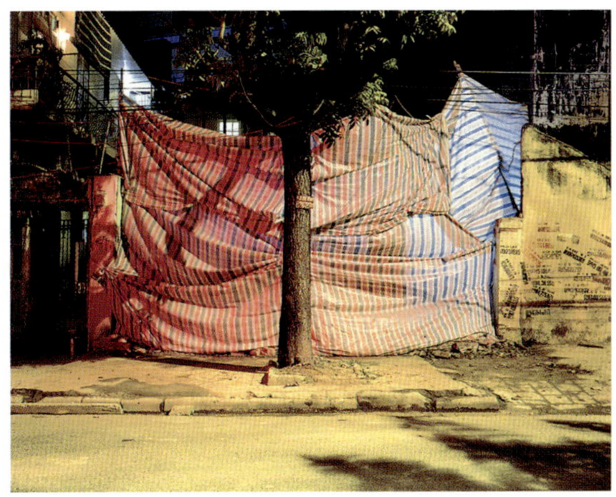

Trieu Viet Vuong Street View, 2010
PAGE 50

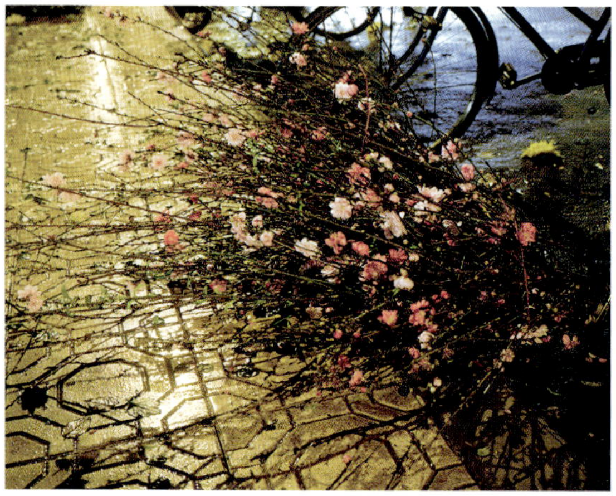

Blossoms on Sidewalk, 2010
PAGE 51

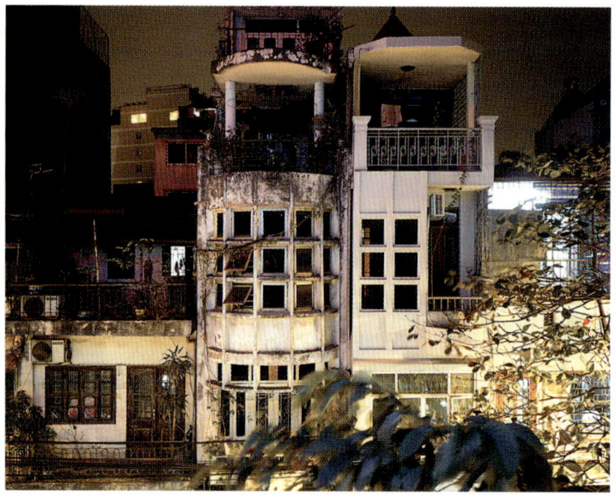

Buildings on Hang Tanh Street, 2010
PAGE 52

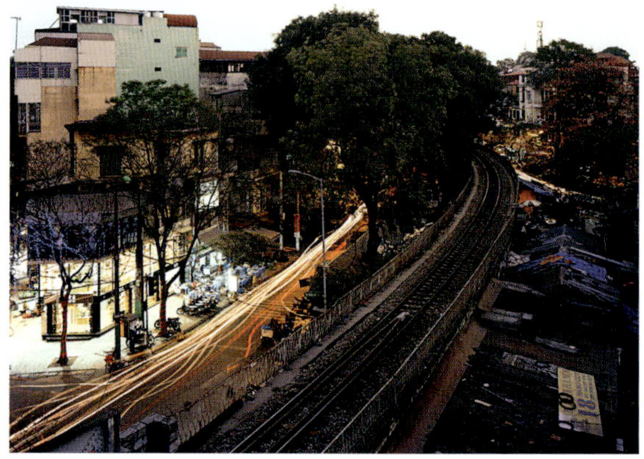

View of Raised Railway Tracks Through City, 2010
PAGE 54

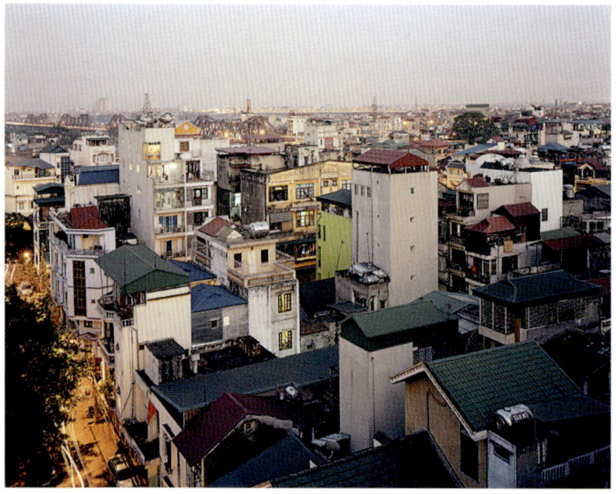

Hanoi View #5, 2010
PAGE 55

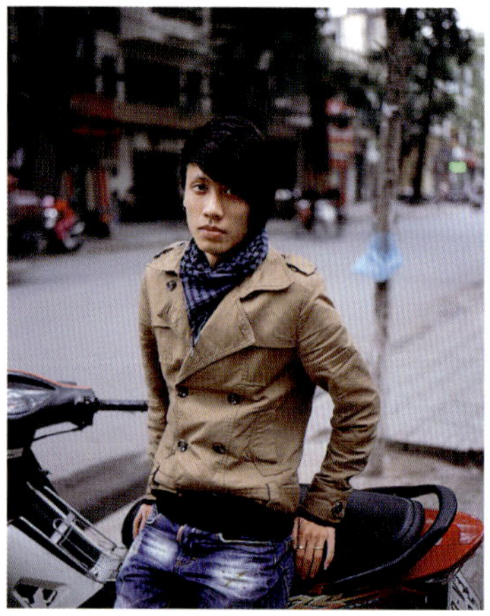

Young Man on Ba Trieu Street, 2010
PAGE 56

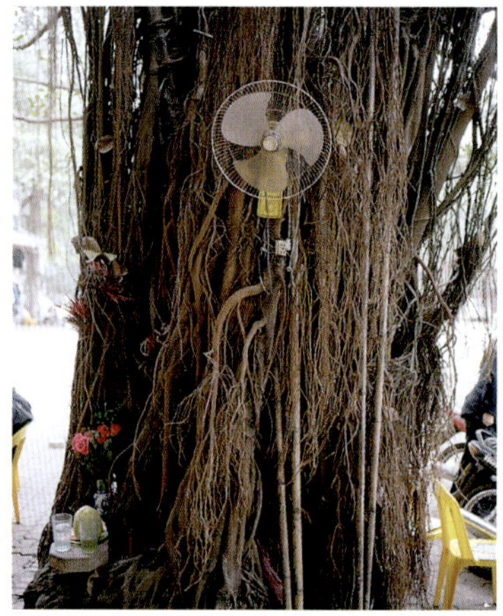

Tree and Electric Fan, 2010
PAGE 57

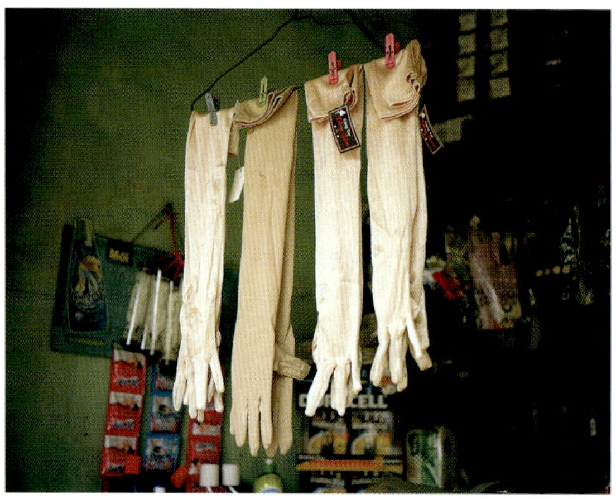

Gloves for Female Motorcyclists, 2010
PAGE 58

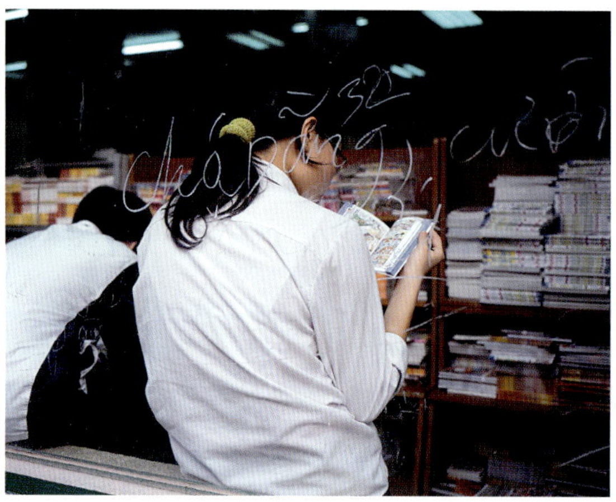

Bookstore Window, Trang Tien Street, 2010
PAGE 59

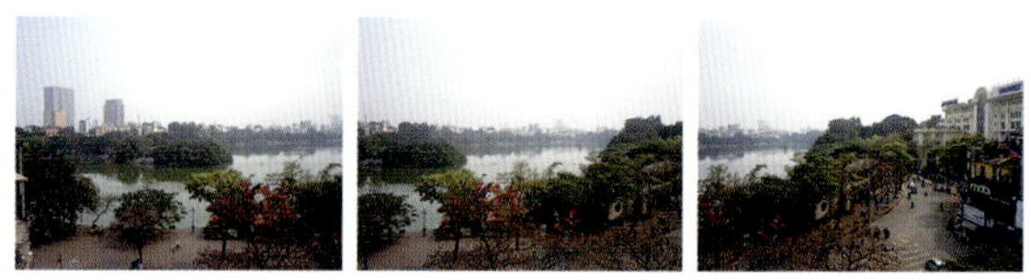

View of Hoan Kiem Lake, 2010
PAGE 60

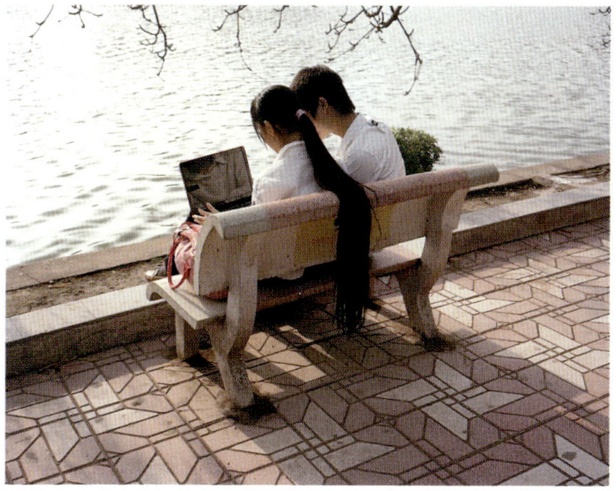

Couple at Hoan Kiem Lake, 2009
PAGE 62

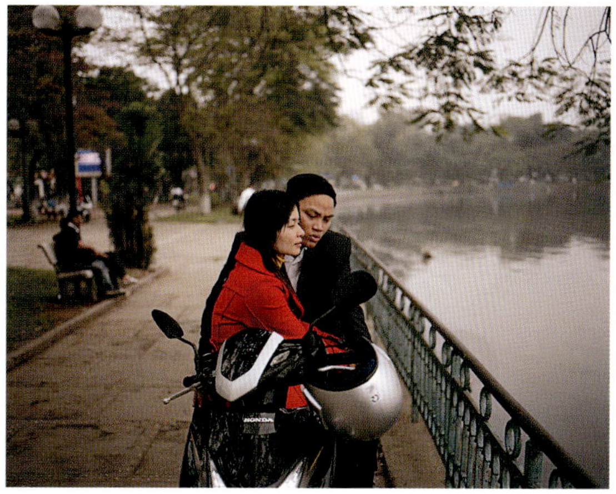

Couple at West Lake, 2010
PAGE 63

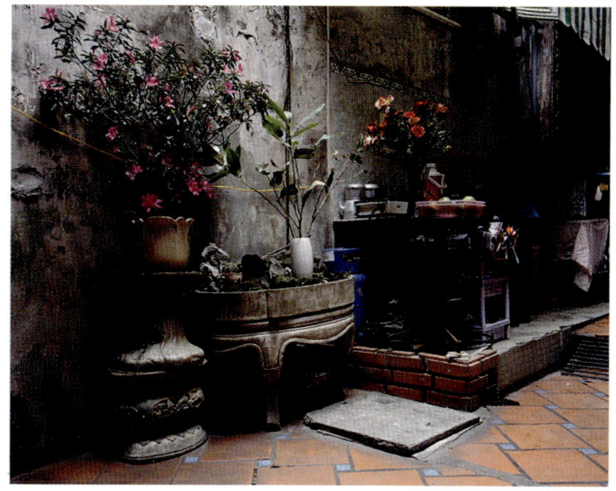

Café Courtyard, Hang Gai Street, 2010
PAGE 64

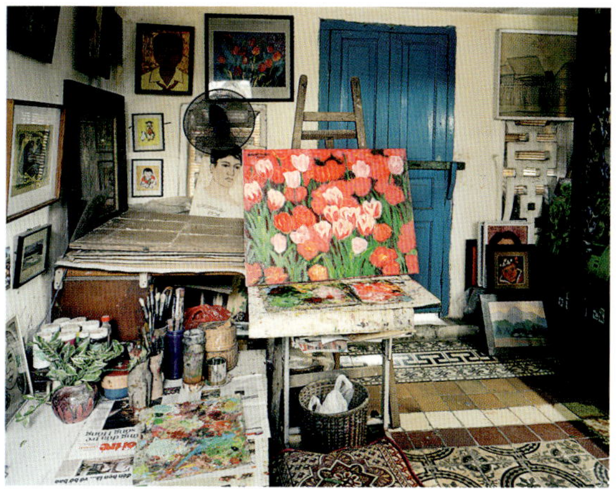

Studio, Dinh Liet Street, 2010
PAGE 65

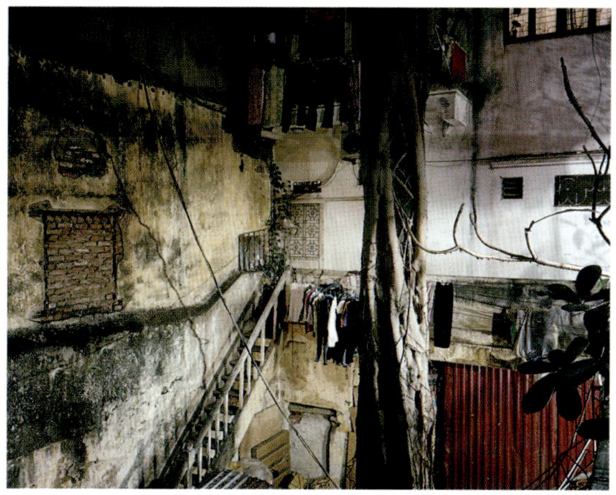

Courtyard, Tran Tien Street, 2010
PAGE 66

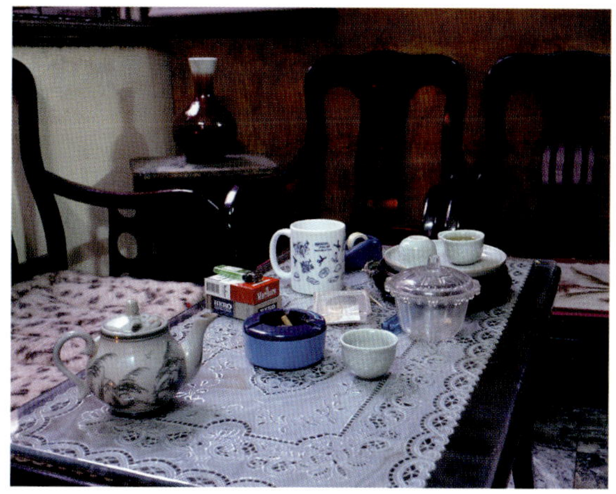

Interior, House on Duong Thanh Street, 2010
PAGE 67

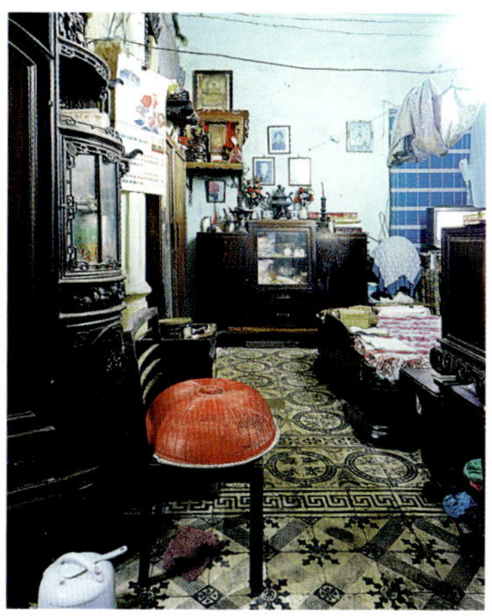

Interior, House on Hang Bun Street, 2010
PAGE 68

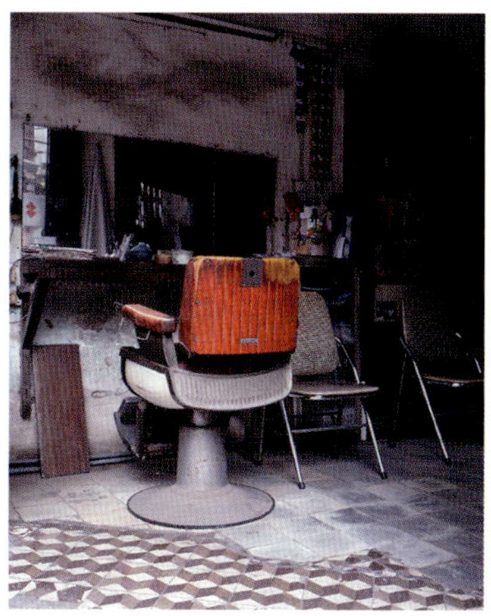

Barbershop on Hang Bong Street, 2010
PAGE 69

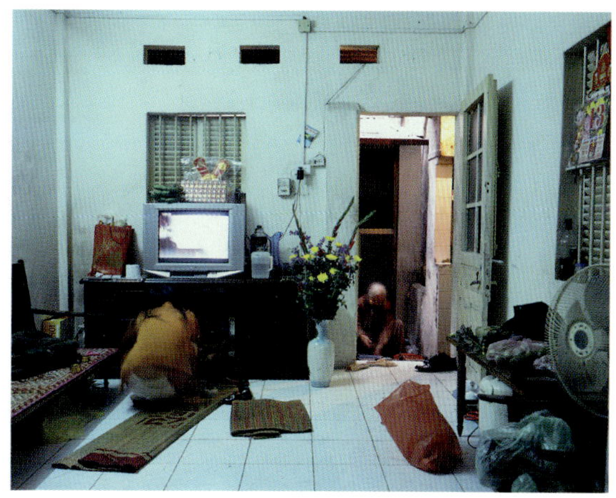

Tet Preparations, Apartment on Hang Ma Street, 2010
PAGE 70

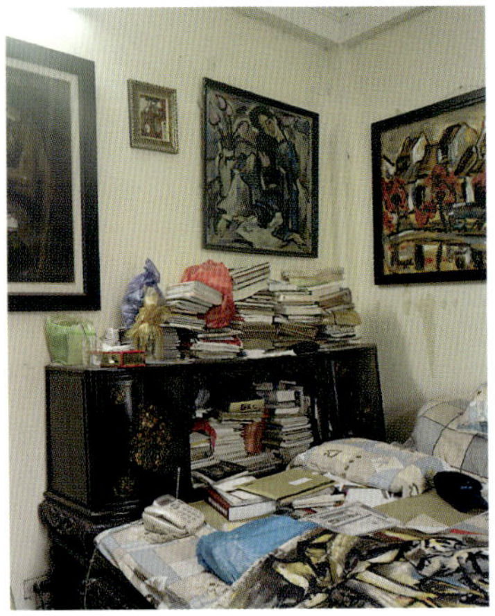

Studio of Artist Pham Luc, 2010
PAGE 72

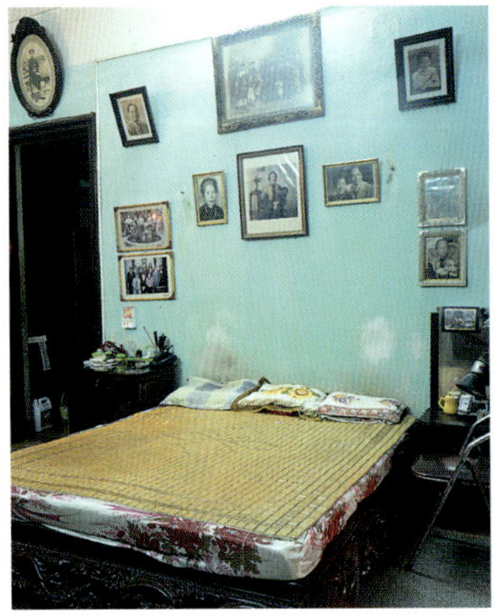

Te Family Apartment, 2010
PAGE 73

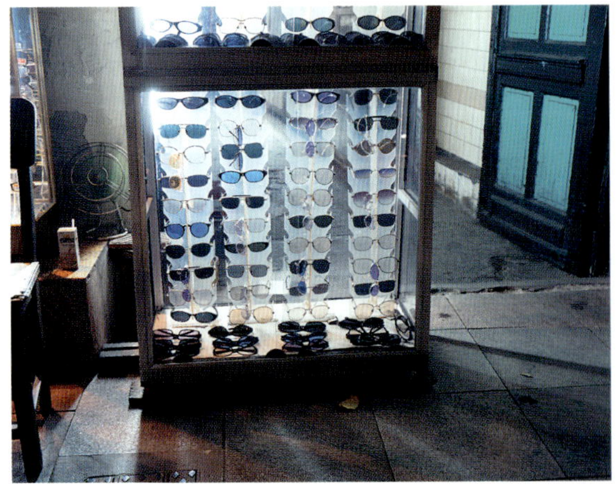

Sunglasses Shop, Dinh Tien Hoang Street, 2009
PAGE 74

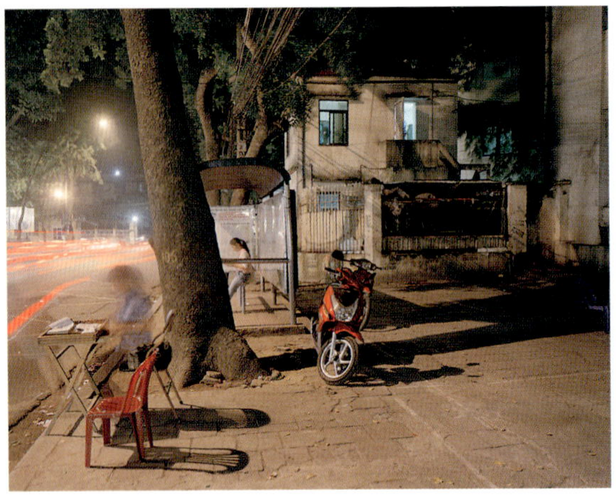

Evening Scene, Tang Bat Ho Street, 2010
PAGE 76

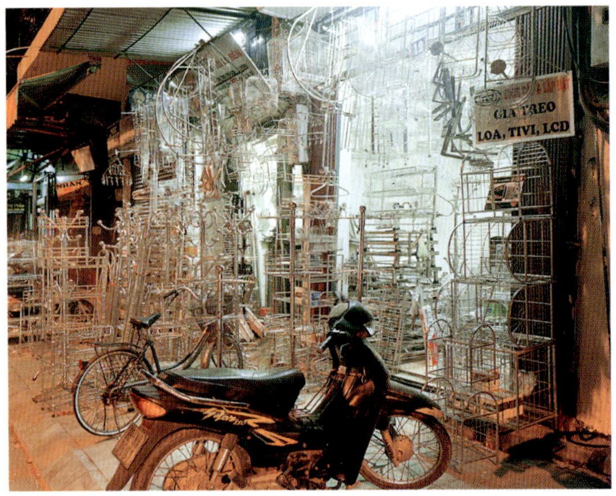

Metalwork Products Shop, 2010
PAGE 77

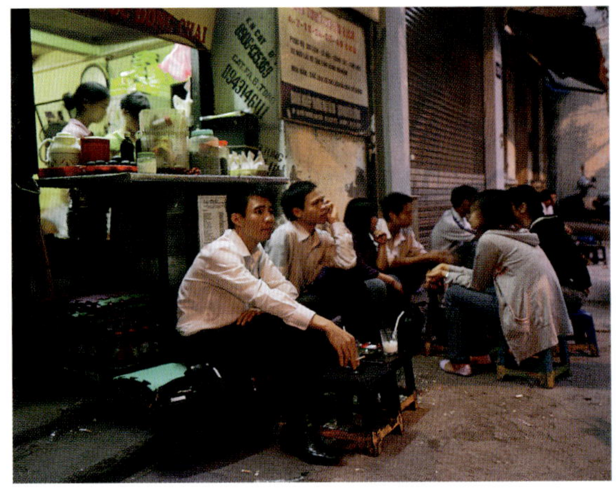

Café Thai, Trieu Viet Vuong Street, 2010
PAGE 78

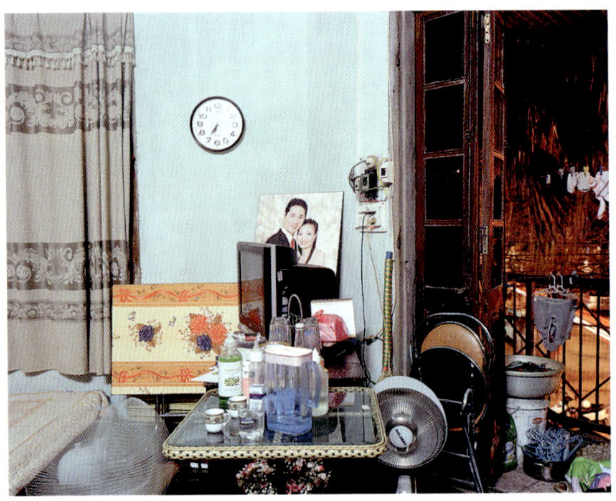

Apartment Interior, Hang Bun Street, 2010
PAGE 80

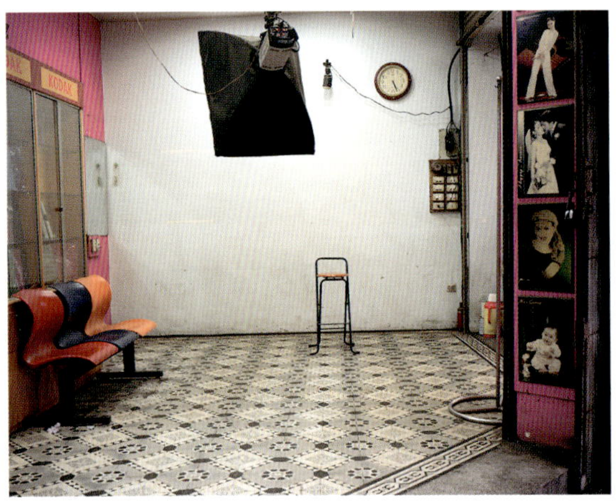

Photo Studio, Ba Trieu Street, 2010
PAGE 81

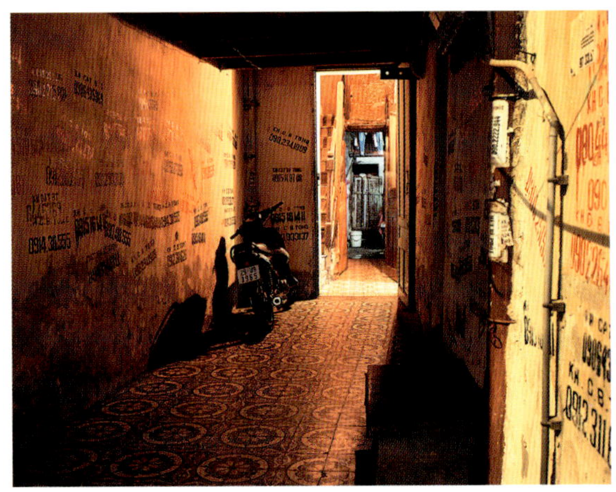

Building Entrance, Trieu Viet Vuong Street, 2010
PAGE 82

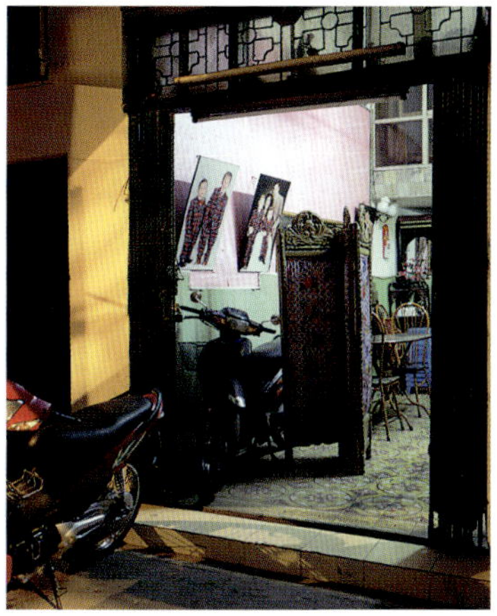

Shop/Home Interior, Nguyen Trung Truc Street, 2010
PAGE 84

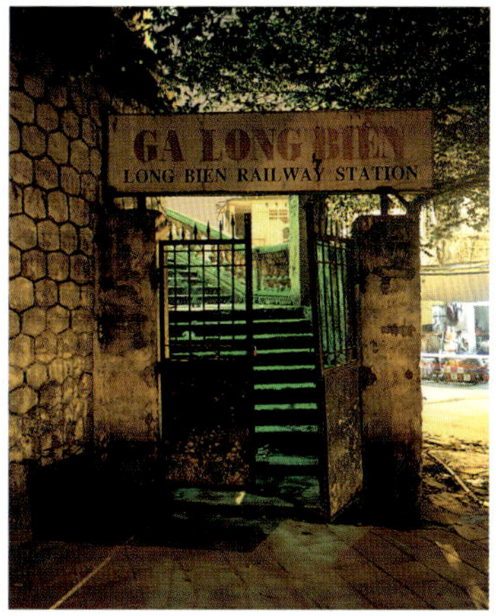

Entrance, Long Bien Station, 2010
PAGE 85

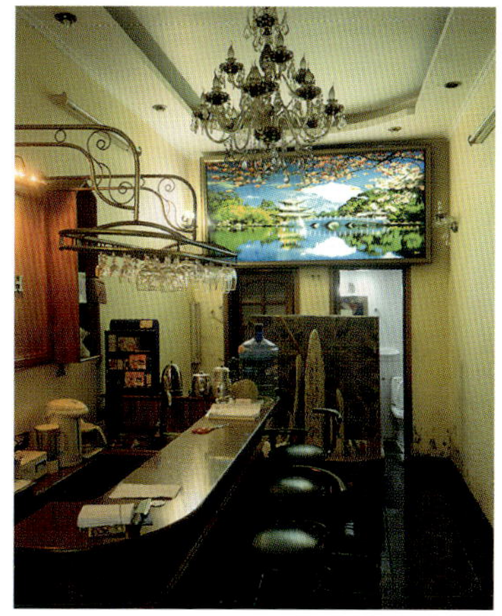

Karaoke Bar Interior, Mai Hac De Street, 2010
PAGE 86

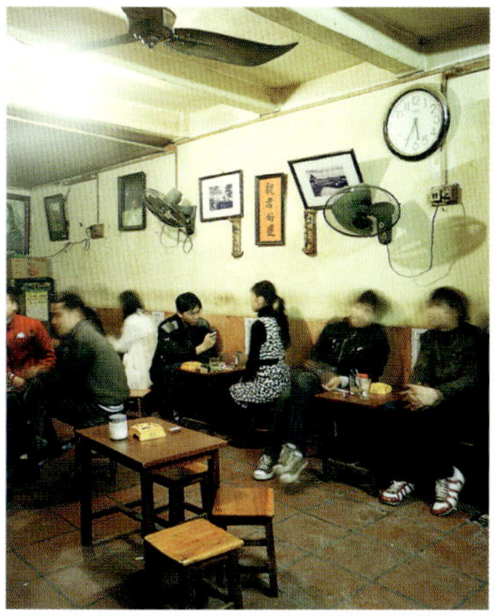

Café Interior, Trieu Viet Vuong Street, 2010
PAGE 87

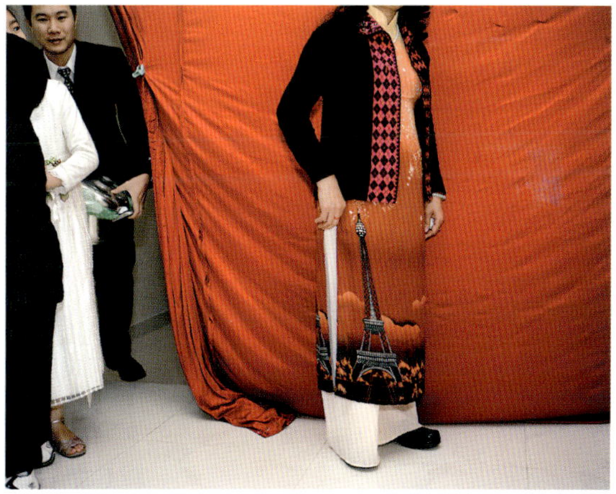

Eiffel Tower Ao Dai (at Wedding Party), 2010
PAGE 88

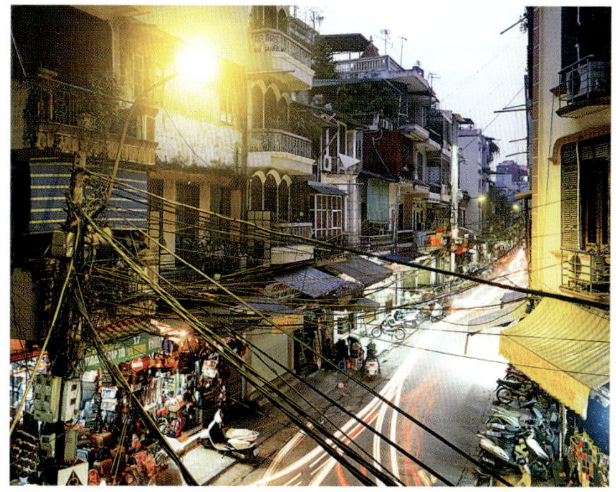

Ha Trung Street View, 2010
PAGE 90

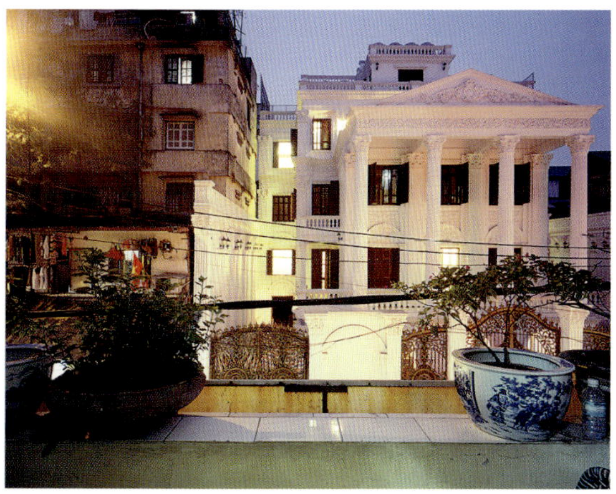

Buildings on Mai Hac De Street, 2010
PAGE 91

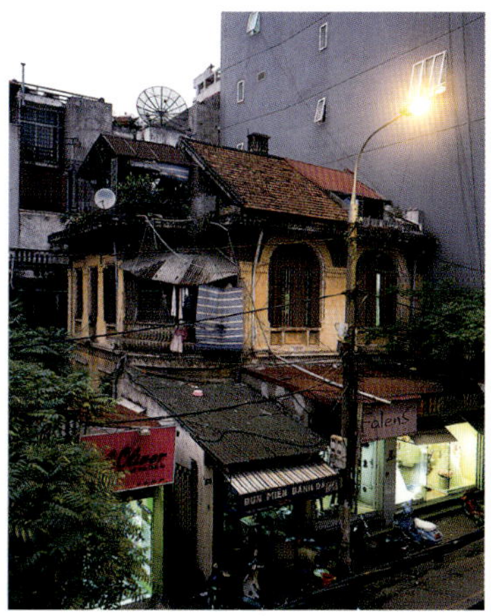

House on Mai Hac De Street, 2010
PAGE 92

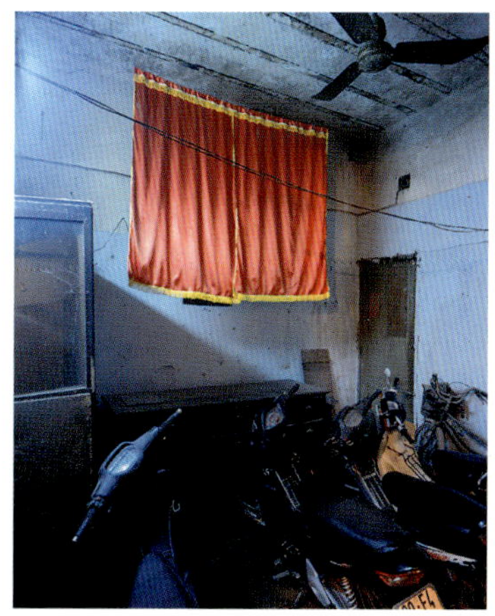

Entrance, Building on Hang Trong Street, 2010
PAGE 93

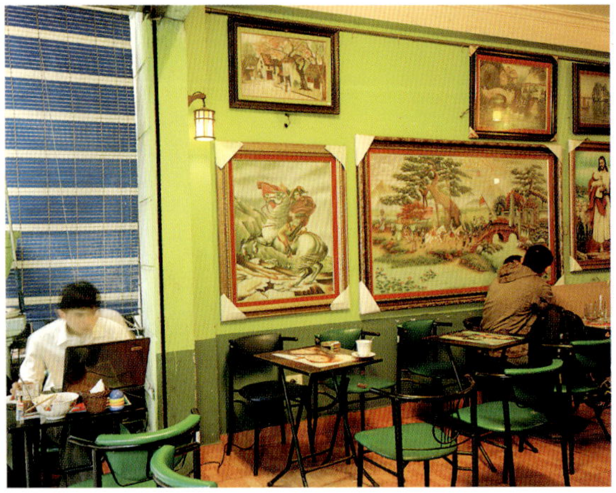

Café Interior, Trieu Viet Vuong Street, 2010
PAGE 94

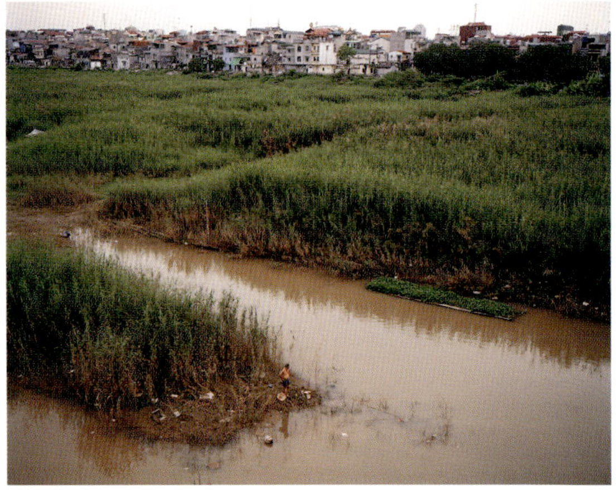

South Bank of Red River, 2009
PAGE 96

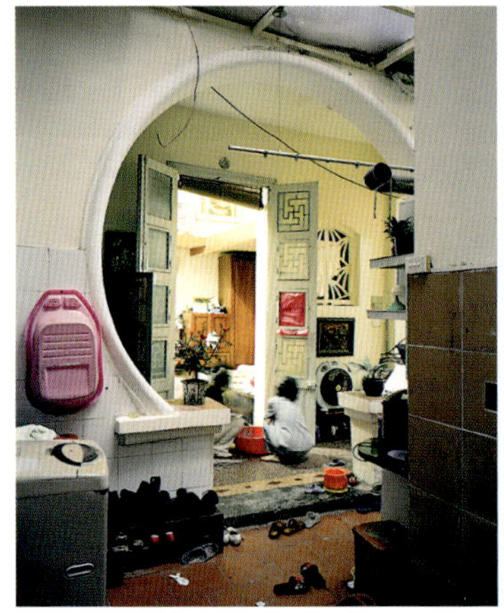

Circular Entrance, House on Dinh Liet Street, 2010
PAGE 98

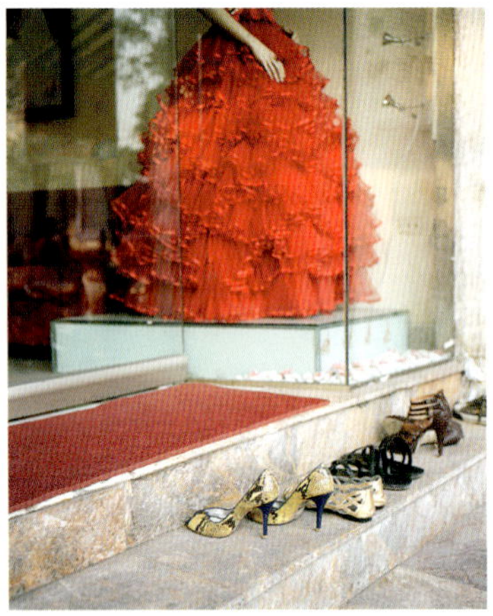

Dress Shop, Quan Thanh Street, 2010
PAGE 99

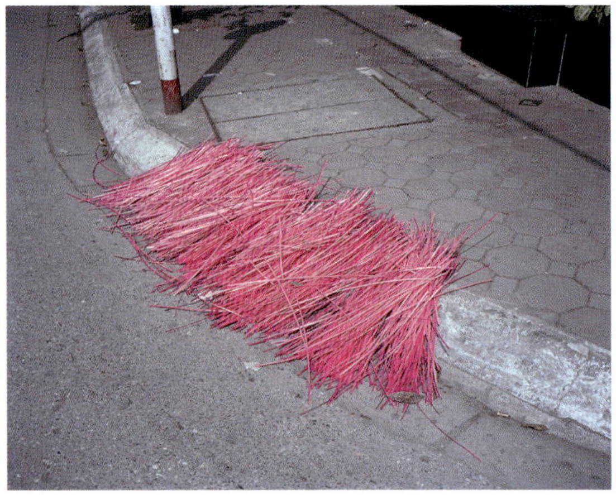

Coloured Rattan Drying in Street, 2010
PAGE 100

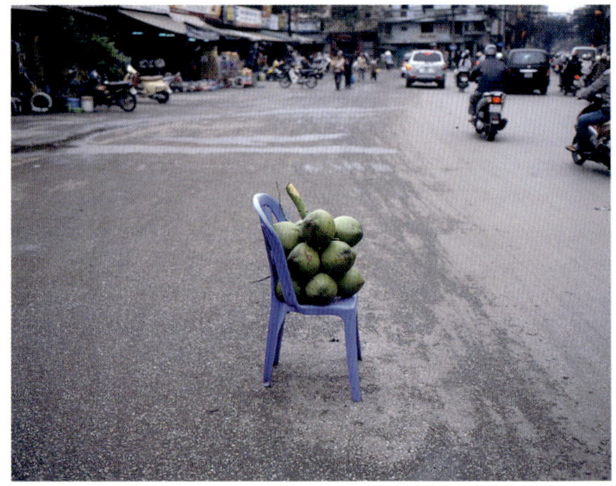

Young Coconuts on Plastic Chair, 2010
PAGE 101

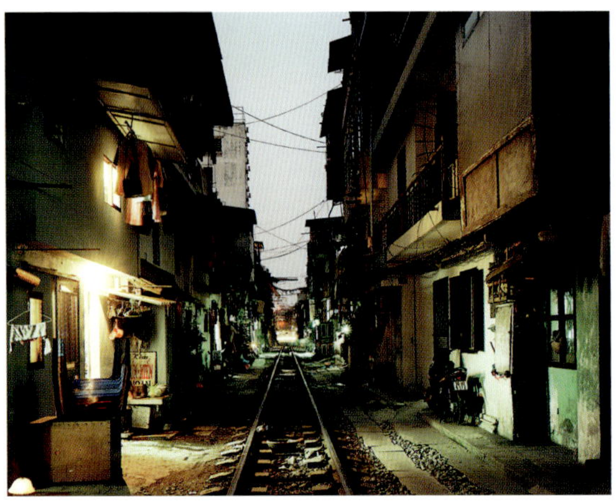

Buildings Along Railway Tracks, City Centre, 2010
PAGE 102

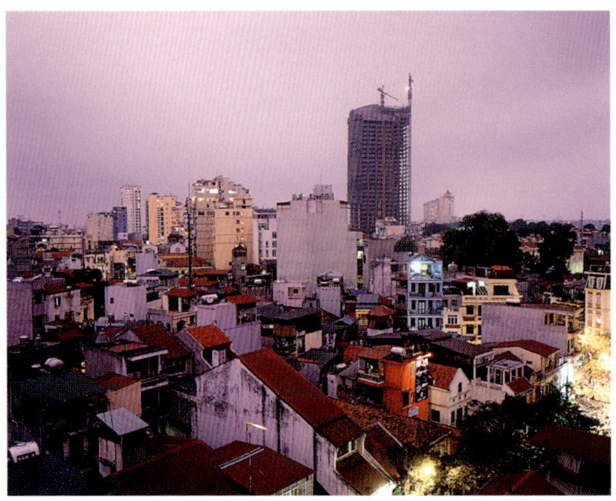

Hanoi View #3, 2010
PAGE 104

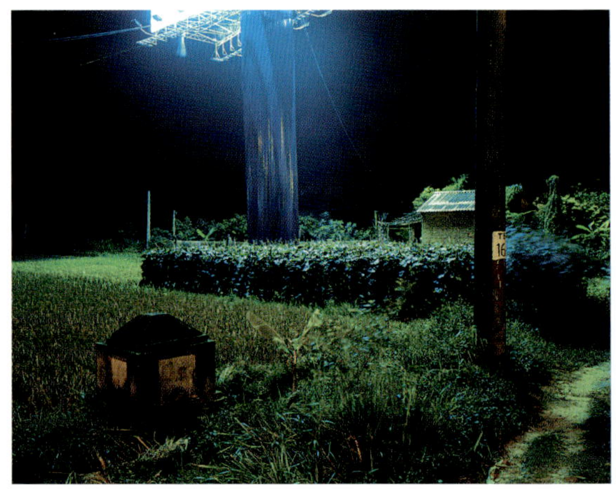

Illuminated Billboard/Rice Field on Airport Road, 2009
PAGE 106

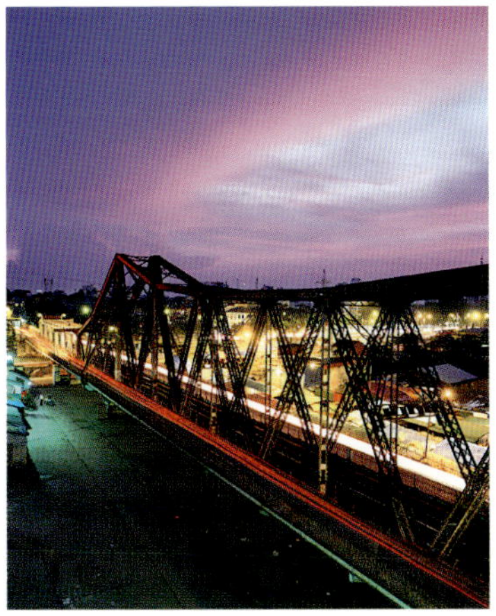

Long Bien Bridge, 2009
PAGE 108

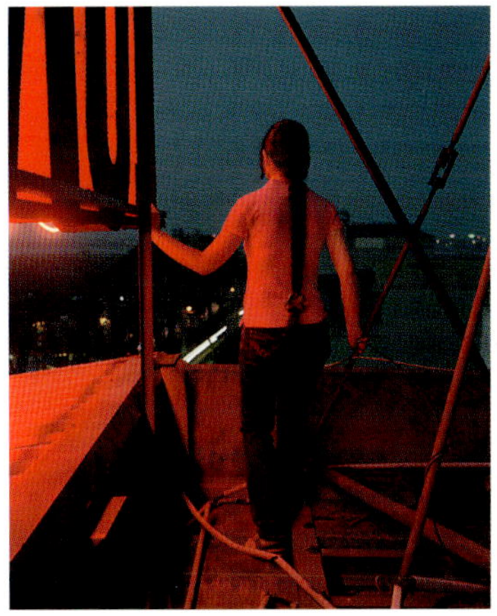

Young Woman on Rooftop, 2009
PAGE 109

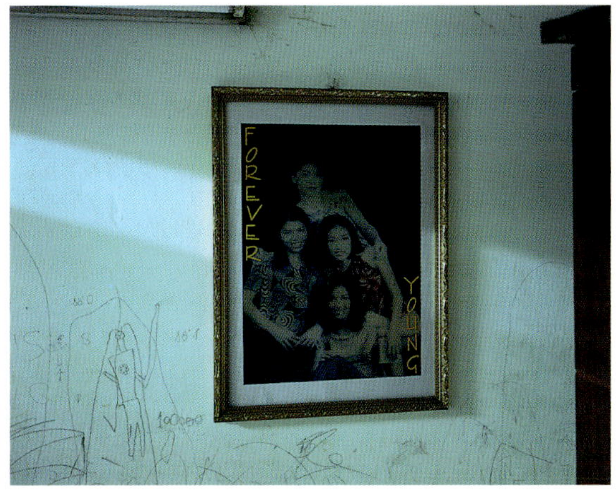

Apartment Interior, Duong Thanh Street, 2010
PAGE 110

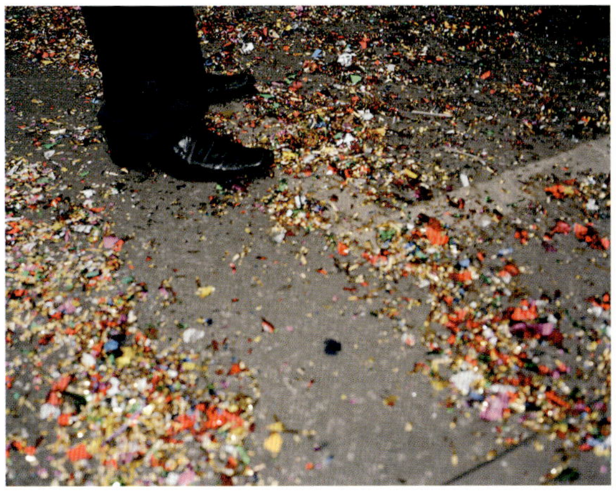

Man's Shoes/Wedding Confetti, 2010
PAGE 128

ACKNOWLEDGMENTS

This project came about because of a seemingly innocent question at a lunch in Hanoi in July 2009: "Why don't you do a book about Hanoi?" At the time, I dismissed it as a polite if unrealistic suggestion, and now, one year later, *Hanoi Calling* is going to print. That very leading question, the original idea and support for this book, belongs to Tran Vu Hoai, whose love of the city of his birth is infectious in the extreme. Deanna Horton, Canada's Ambassador to Vietnam, initiated the meeting that led to this project, and has shared her knowledge of and enthusiasm for Hanoi's less-visited streets and hidden alleys.

The idea of attempting to photograph and put together a book to commemorate Hanoi's Millennium in less than one year is outlandish to say the least. I had visited in the 1990s, but certainly could not say I "knew" the city. But while walking the streets on more recent visits, I started to feel I had found something of Hanoi that was special—something just for me, as it were, and I suspect many visitors feel the same way. The most I could reasonably hope to do given my outsider status, was to try to show Hanoi in a way that communicates why visitors such feel a personal connection to the city.

I am fortunate in having been able to persuade two eminent Hanoi residents to contribute their thoughts and feelings about the city. Le Van Lan and Nguyen Qui Duc have generously provided essays that illuminate Hanoi and enrich this book, and I am flattered to be in their company.

The following list is by no means complete, and my thanks go out to each and every person who offered their assistance and ultimately opened the doors that allowed *Hanoi Calling* to take shape. Some of those are: Deanna Horton, Tran Vu Hoai, Duong Thu Hang, Nguyen Qui Duc, Le Van Lan, MaryAnn Camilleri, Gilbert Li, Doug Wallace, Do Thu Hien, Hoang Thu Hanh, Te Family, Mitch Epstein, Kieu Cao Dung, Nguyen Thuy Chi, Luong Huy Tung, Pham Thi Phuong Lan, Nguyen Tan Tam, Nguyen Thi Thoa, Nguyet Nga, Tuan Family, Nguyen Viet Ha, Nguyen Thuy Linh, Nguyen Thuy Bich Hai, Tran Trung Ngoc, and last but not least, Mary Boyd, who forwarded my name for an undertaking that took me to Vietnam that summer in the first place. She has much to answer for.

—*Greg Girard, July 2010*

First Edition 2010
Published by The Magenta Foundation

The Magenta Foundation
151 Winchester Street, Toronto, Canada, M4X 1B5
magentafoundation.org

Printed and bound in South Korea.

EDITOR
Doug Wallace

PHOTO EDITOR
MaryAnn Camilleri

COPY EDITORS
Craig D'Arville & Michaela Cornell

DESIGN
The Office of Gilbert Li

IMAGE SCANNING
Pikto

PREPRESS
Paul Jerinkitsch Imaging

VIETNAMESE TRANSLATION
Black

PRINTING
Samhwa Printing Co.

SPECIAL THANKS

HANOI STUDIO

Distributed outside North America by
Thames & Hudson
thamesandhudson.com

ISBN 978-1-926856-01-8

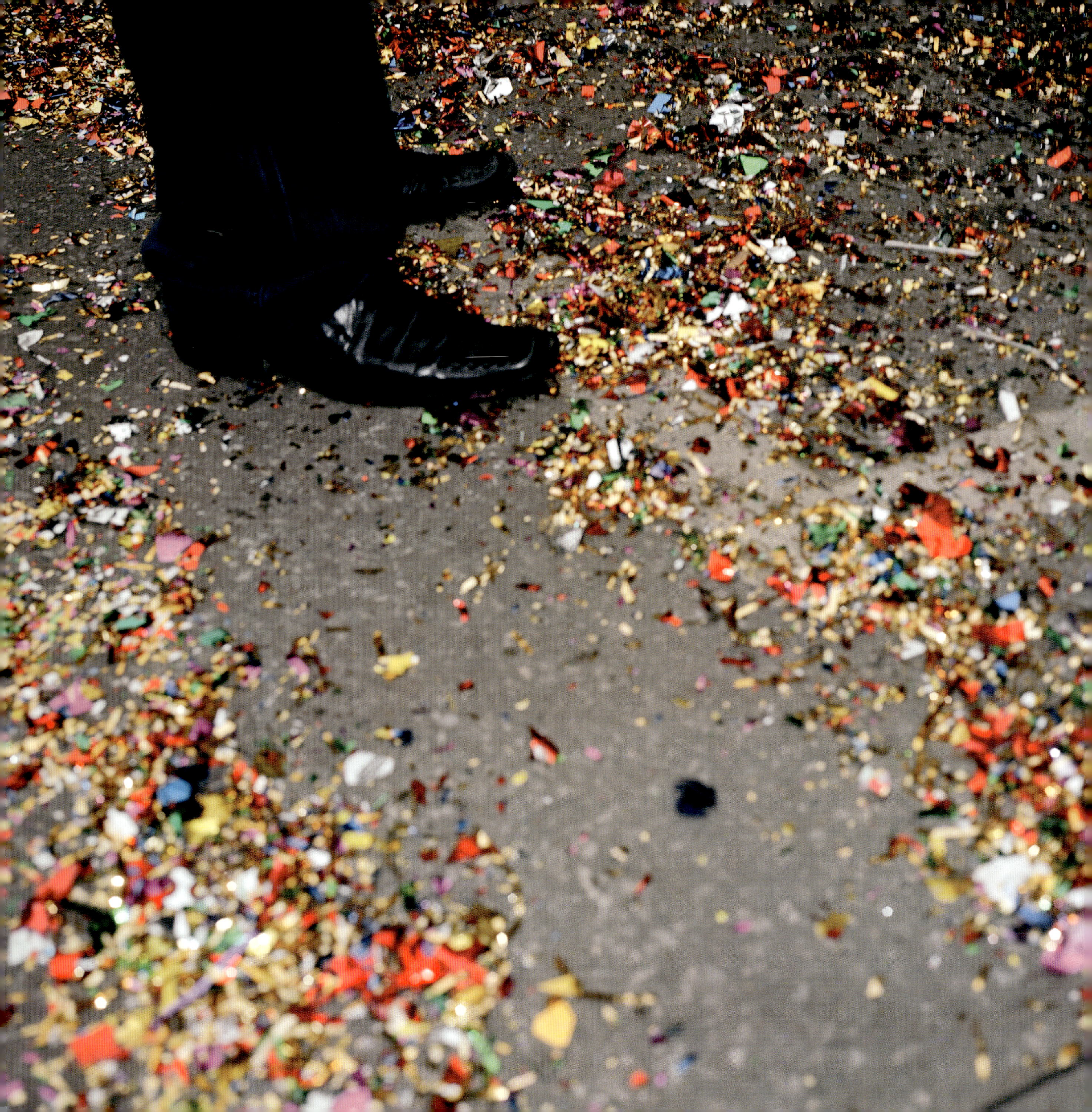

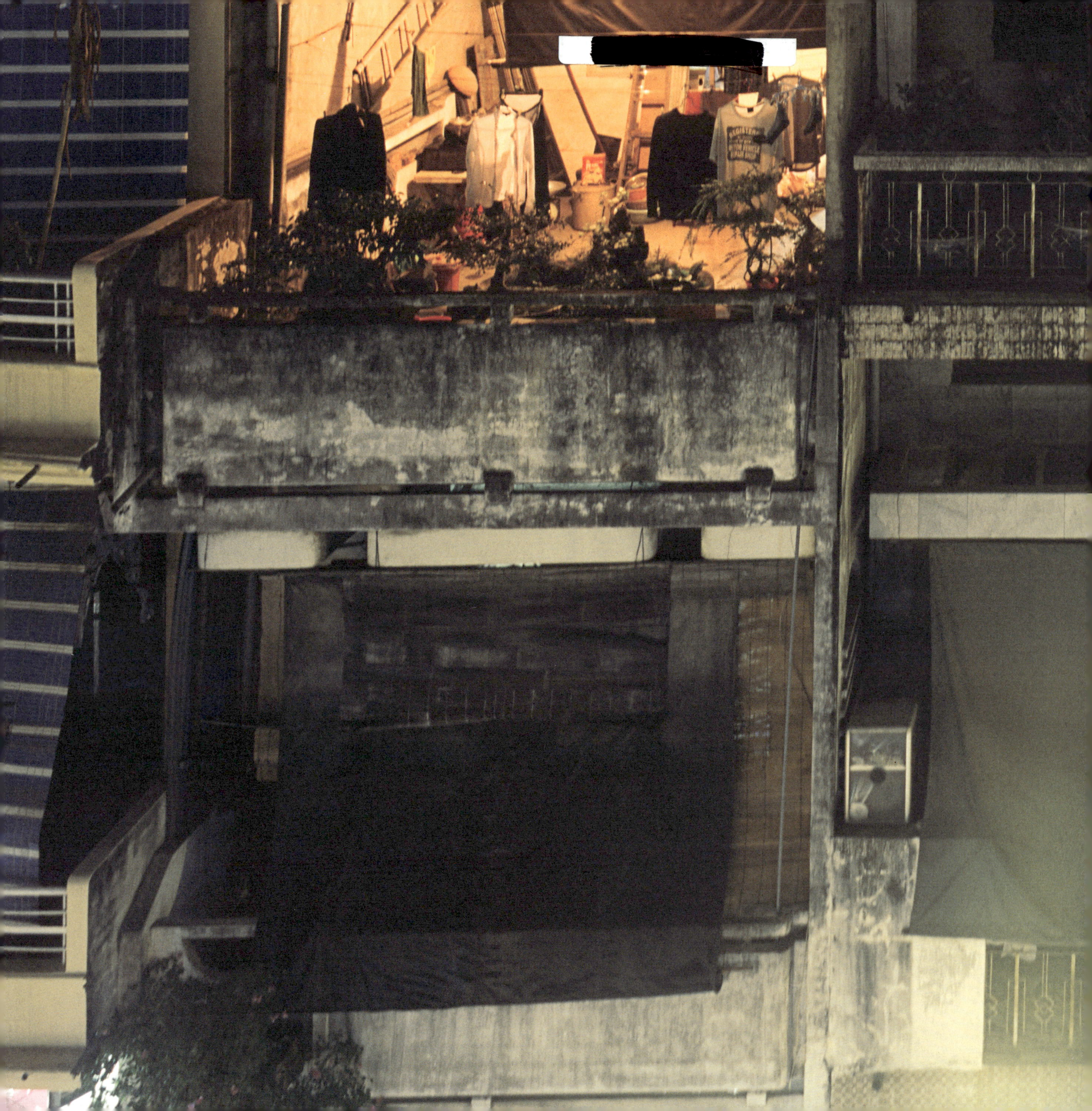